The Billionaire's Ex-wife

Proserfina

Ukiyoto Publishing

All global publishing rights are held by

Ukiyoto Publishing

Published in 2021

Content Copyright © **Proserfina**

ISBN 9789367958179

*All rights reserved.
No part of this publication may be reproduced, transmitted, or stored in a retrieval system, in any form by any means, electronic, mechanical, photocopying, recording or otherwise, without the prior permission of the publisher.*

The moral rights of the author have been asserted.

This is a work of fiction. Names, characters, businesses, places, events, locales, and incidents are either the products of the author's imagination or used in a fictitious manner. Any resemblance to actual persons, living or dead, or actual events is purely coincidental.

This book is sold subject to the condition that it shall not by way of trade or otherwise, be lent, resold, hired out or otherwise circulated, without the publisher's prior consent, in any form of binding or cover other than that in which it is published.

Dedication

I want to dedicate this first published books to my family. And for all of my readers who believe me as an author. Because of them I decided to continue making stories. Because of them I am very happy every comments on how they love my books. I want to touch the lives of the people by reading my unique stories. I want also to give them inspirations in every book that I wrote in the future. I want them to escape their sadness by reading of my novel. Just like I feel whenever I feel sad.

I want also to thank God because I prayed for this. And thank you Ukiyoto for making my dreams come true. I am very grateful because you give me a chance to be your published author. And I hope I can write a lot of stories with you.

    Thank you very much Ukiyoto.

Love,

PROSERFINA

Contents

Chapter 1	1
Chapter 2	6
Chapter 3	12
Chapter 4	17
Chapter 5	23
Chapter 6	28
Chapter 7	33
Chapter 8	38
Chapter 9	44
Chapter 10	50
Chapter 11	56
Chapter 12	60
Chapter 13	65
Chapter 14	70
Chapter 15	76
Chapter 16	82
Chapter 17	87
Chapter 18	92
Chapter 19	98
Chapter 20	103
Chapter 21	108
Chapter 22	113
Chapter 23	118
Chapter 24	125
Chapter 25	132

Chapter 26	137
Chapter 27	142
Chapter 28	147
Chapter 29	153
Chapter 30	158
Chapter 31	163
Chapter 32	169
Chapter 33	174
Chapter 34	180
Chapter 35	186
Chapter 36	191
Chapter 37	198
Chapter 38	205
Chapter 39	210
Chapter 40	216
Chapter 41	222
Chapter 42	227
Chapter 43	233
Chapter 44	239
Chapter 45	245
Chapter 46	250
Chapter 47	255
Chapter 48	261
Chapter 49	267
Chapter 50	272
Chapter 51	278

Chapter 1

Nakatayo ako sa gilid ako ng man made river na sakop ng Eden home orphanage. Upang isipin ang pinag-usapan namin ni Lola Cynthia. Actually hindi ko talaga siya totoong lola. Lumaki ako sa bahay ampunan dahil iniwan ako ng tunay kong mga magulang sa harapan ng Eden Home Orphanage.

Si Lola Cynthia ang naging sponsor ko simula pagkabata hangang ngayon na nasa huling taon na ako sa kolehiyo. Sa edad kong bente uno ni minsan walang nagtangka na umampon sa akin. Wala rin akong nakikitang pumupunta sa bahay ampunan para mamili ng batang a-ampunin. Basta ko na lang nalalaman na may kumukuha na sa mga batang kasama ko sa ampunan na magulang para ampunin.

Kung tutuusin pwede na akong umalis dito para mamuhay ng mag-isa, dahil bukod sa nasa tamang edad na naman ako. Kaya ko namang maghanap ng trabaho habang nag-aaral. Ngunit hindi pumayag si Mother Evette at si Sister Sandy sila lang naman ang pangunahing nangangalaga sa mga bata sa bahay ampunan. Pareho silang madre kaya napakabuti nila sa amin.

Magaan din ang buhay namin dito dahil hindi lang ako sinusuportahan ni Lola Cynthia. Pati na rin ang buong ampunan. Napakabuti ng puso niya kahit hindi ko siya lubusang kilala sa tuwing nandito siya ay nakikita ko ang pagka-giliw niya sa mga batang naririto. Lalo na pagdating sa akin, lagi niya kasi akong sinasama sa mall para bumili ng mga gamit ko. Kahit hindi ko naman kailangan binibili niya kagaya na lamang ng mga lotion pabango at mga pampaganda. Sabi ni Lola Cynthia kailangan daw maging maalaga ang babae sa sarili dahil isa daw sila sa pinaka-magandang nilikha ng Diyos sa mundo. Kaya siguro kahit nasa singkwenta na si Lola ay napakaganda parin nito. At suportado niya ang lahat ng kailangan ko. Nanghinayang naman ako na hindi gamitin dahil mamahalin ang mga yun. At nakikita ko talaga ang pagbabago ng kutis ko. Sa totoo lang hindi ko naman kailangan ng ganon dahil hindi naman ako kapangitan. May nagsabi na nga sa akin na habang tumatagal daw lalo akong gumaganda sa paningin niya.

Si Mathew, kaklase at malapit kong kaibigan since high school. Pareho kasi kami ng kinuhang kurso kaya hangang kolehiyo ay magkasama pa rin kami. Mabait siya at maalaga, kahit di niya sinasabi ng harapan alam ko may gusto siya sa akin dahil sa pinapakita niya kapag magkasama kami. Hindi ko nga nakitang nanligaw yun sa ibang babae at napakalambing din niya sa akin. Masyado din siyang over protective, kahit magkaibigan lang kami ayaw niya na may nanliligaw sa akin na iba. Kaya hindi ko alam kung paano ko sasabihin sa kanya na umalis na ako ng ampunan at ikakasal na ako sa apo ni Lola Cynthia. Siguro, pag okay na ang lahat sasabihin ko din sa kanya. Alam ko masasaktan ko siya pero kung ito talaga ang kapalaran ko wala na akong magagawa. Nahihiya akong tumanggi kay Lola Cynthia.

Pakiramdam ko tuloy binibisan niya ako mula ulo hangang paa at pinag-aral sa private school para ihanda sa oras na ito. Gustuhin ko mang tumutol sa kanya, hindi ko kaya. Napakabuti niya, hindi niya pinaramdam sa akin na isa akong ulila. Malaki ang utang na loob ko sa kanya pati na rin naming lahat sa bahay ampunan kaya sino ba naman ako para tumutol sa kagustuhan niyang ampunin ako at maging asawa ng apo niya na hindi ko pa nakikita. Sa dinami-dami ng babae sa mundo bakit ako pa? Wala naman akong maipag-mamalaki sa kanila dahil wala naman ako kahit singkong duling sa bulsa. Kung meron man akong pera galing pa rin yun kay Lola Cynthia.

Napabuntong hininga na lamang ako habang yakap ko ang aking sarili.

"Angela! Andyan ka pa la eh! Kanina ka pa hinahanap ni Mrs. Valdez at ni Mother Evette. Nakahanda na ba ang mga gamit mo? Tapos na pirmahan ni Mrs. Valdez ang adaption paper mo, at ngayon ka na niya i-uuwi." Naiiyak na wika ni Sister Sandy. Naging malapit kami sa isa't-isa dahil siya ang naging takbuhan ko kapag hindi ko na kaya. Para ko na rin siyang kapatid dahil limang tao lang ang tanda niya sa akin. Kaya nalulungkot din ako dahil mahihiwalay na ako sa kanila.

"Oo, nakahanda na Sister Sandy." Malungkot na sagot ko sa kanya. Ayoko mang umalis wala na akong magagawa. Dahil tuluyan na akong inampon ni Lola Cynthia.

"Wag kang mag-alala, dadalaw ako dito. Hindi ko kayo kakalimutan." Paos na boses na sambit ko sa kanya. Niyakap ko siya ng mahigpit at hinayaan ko ng maglandas ang luha ko sa pisngi dahil sa halo-halong emosyon na nararamdaman ko.

"Tara na? Malayo pa ang magiging byahe niyo, pabalik ng Maynila." Paalala niya sa akin. Tango lang ang tugon ko sa kanya.

Hinila na niya ako papasok sa Eden home upang ilabas ang aking mga gamit. Tinulungan ako ni Sister Sandy bitbit ang dalawa kong bag. Yung ibang damit ko ay iniwan ko na sa kanila dahil marami na akong bitbit.

"Angela, apo kailangan na nating umalis baka abutin tayo ng dilim." Bungad sa akin ni Lola Cynthia. Sinulyapan ko muna sila Mother Evette at Sister Sandy habang inilalagay ng driver ang mga gamit ko sa compartment ng mamahaling sasakyan.

Sa sobrang lungkot ko na tuluyan na akong mapapahiwalay sa kanila ay tinakbo ko sila at niyakap ng mahigpit.

"Mother Evette, simula pagkabata. Ikaw na ang tumayong magulang ko. Hindi ko pa nasasabi ito. Ngunit mahal na mahal ko po kayo. Ingatan niyo po ang sarili niyo." Umiiyak na habilin ko sa kanya. Hinagod niya ang likuran ko. Lalo kong sinubsob ang mukha ko sa balikat niya.

"Lahat kayo mahalaga sa akin Angela. Kaya masakit sa akin kapag may napapa-hiwalay isa man sa inyo. Lagi mong tatandaan, pwede kang bumalik dito. Kahit kailan mo gusto mag-iingat ka ha? Wag mong kalimutan ang mabuting asal na natutunan mo dito sa bahay ampunan. Alam ko mapapabuti ka kay Mrs. Valdez." Umiiyak na tugon niya sa akin. "Opo, Mother Evette." Humihikbing sagot ko. Pagkatapos ay si Sister Sandy naman ang niyakap ko dahil umiiyak na rin siya.

"Thank you, ikaw na bahala kay Mother Evette." Usal ko.

"Sige na umalis ka na, inaantay ka na ni Mrs. Valdez." Paalala niya sa akin. Nilingon ko si Lola at naluluha na rin habang nakatingin sa amin.

Nagpaalam na siya sa mga nag-alaga sa akin. Pagkatapos kong kumaway sa kanila ay sumakay na ako sa kotse kasama si Lola Cynthia.

Hindi ko alam kung ano ang magiging buhay ko sa labas ng Eden Home. Ngunit kailangan kong magpakatatag para sa aking sarili.

Chapter 2

Malayo ang naging byahe namin kaya hindi ko maiwasan na makatulog. Naramdaman ko na lang ang marahan na pagtapik sa akin ni Lola Cynthia.

"Apo, andito na tayo." Wika niya. Napaangat ako ng tingin at inayos ko ang aking sarili. Madilim na pala ang paligid. Mahaba na rin ata ang naitulog ko. Bumaba ang driver at pinagbuksan ng pinto si Lola. Hindi ko na inantay na pagbuksan din niya ako dahil kusa na akong bumaba. Nagulat na lamang ako nang tumambad sa akin ang malaking bahay. Double ang laki nito sa bahay ampunan.

"Halika na pumasok na tayo, si Pedring na lang ang maghahatid ng mga bagahe mo sa loob at ipapaayos ko na din sa kasambahay natin." Paliwanag ni Lola.

"Sige po Lola."

Nakasunod lamang ako sa kanya. Bukod sa malaking gate na pinasukan ng kotse ay malawak din ang harapan ng mala-palasyong bahay. Ngayon lang ako nakakita ng ganito kalaking bahay ay hindi ako makapaniwalang dito na ako titira. Bigla ko tuloy naalala kung bakit ako naririto. Para maging asawa ng kanyang apo. Ni hindi ko man lang alam ang kanyang pangalan o itsura basta sinabi lang niya sa akin na sampung taon ang pagitan ng edad naming dalawa.

Kung gaano kaganda ang labas ng bahay ay mas maganda naman sa loob. "Magandang gabi po senyora, magandang gabi po senyorita." Sabay na bati ng mga kasambahay na sumalubong sa amin. Nahihiya akong yumuko, naiilang kasi ako sa paraan ng pagtrato nila sa akin.

"Kayo na ang bahala sa mga gamit ni Angela. Dalhin niyo na lang sa kwarto niya." Utos ni Lola. Nagpulasan ang mga kasambahay na parang alam na agad nila ang gagawin at ang pagdating ko.

"Halika apo, tumuloy na tayo sa kusina. Alam kong nagugutom ka na."

Nagpalinga-linga akong nakasunod sa kanya. Umaasang makikita ko ang sinasabi ni Lola na apo niya. Pero wla akong makita na kahit isang lalaki. Napansin ata ni Lola ang ginagawa kong paghahanap.

"Wala pa si Rafael, baka mamaya pa yung gabi. Subsob kasi yun sa trabaho. Paminsan-minsan naman ay galing sa mga barkada niya. Pero dito naman yun umuuwi magkikita din kayo." Saad niya sa akin. Pakiramdam ko ay nag-init ang aking pisngi dahil sa sinabi ni Lola. Gusto ko lang siyang makita dahil hindi ko alam kung magugustuhan niya ba ako. Mukha kasi akong manang sa suot ko tapos napaka-simple ko pa mag-ayos.

Pero bahala na!

Malaking dining table ang tumambad sa amin. Bukod sa lahat ay my touch ng gold ang disenyo. Mukhang kahit kutsara pwedeng isanla. Hindi ko akalain na ganito kayaman si Lola Cynthia. Kaya ayaw pa rin mag sink-in sa utak ko na dito na talaga ako titira. Para kasi akong nasa royal house.

"Kumain na tayo Apo, bago lumamig ang pagkain."

"Opo Lola." Nahihiyang sagot ko. Kumunot ang noo ko dahil sa dami ng plato sulyaw at mangkok sa harapan ko. Marami ding klaseng kutsara iba-iba ang hugis nito may maliit may malaki may katamtaman at lahat kakulay ng ginto.

"Bakit? Hindi mo ba gusto ang pagkain?" Mahinahon niyang tanong. Napansin niya atang tinititigan ko ang mga gamit na nakalagay sa harapan ko.

"Hindi naman po Lola. Hindi ko po kasi alam ang gagamitin ko sa mga ito." Inosenteng sagot ko na ikinatawa niya. Nakaramdam ako ng hiya dahil hindi talaga ako nababagay sa lugar na ito.

"Apo, hahayaan muna kitang gumamit ng nakasanayan mo pero kailangan mo matuto ng table etiquette. Palaging pumupunta si Rafael sa mga special events dapat lang alam mo kung paano mo dadalhin ang sarili mo. Wag kang mag-alala dahil may nakausap na ako para makatulong sayo." Nakangiting wika niya sa akin. Sinuklian ko na lang din ng ngiti dahil hindi ko rin alam ang sasabihin ko, naninibago ako sa lahat.

Pagkatapos kunin ang sobrang pingan at kubyertos sa harapan ko ay problema ko na naman kung nasan ang kanin dahil puro ulam ang nasa harapan namin.

"Yung kanin po?" Magalang na tanong ko sa kasambahay na nasa tabi ko. Siya kasi ang nag-aasikaso ng mga kailangan ko. Nahihiya naman ako kumilos mag-isa dahil kakatungtong ko pa lang sa bahay na ito.

"Kanin po Senyorita?" Ulit niya sa tanong ko.

"Angela na lang po itawag niyo sa akin, wala po ba kayong kanin?" Nakangiting tanong ko sa kanya.

"Ah, eh—"

"Hindi kami kumakain ng kanin dito apo. Masama rin sa kalusugan ko yun. Kaya nakasanayan na rin namin. Pero kung gusto mo ipagsasaing ka na lamang nila kaya lang kailangan mong magbawas ng kanin dahil baka tumaba ka dito." Putol ni Lola.

"Okay lang po Lola, mukhang hindi naman ako mauumay sa mga pagkain." Pilit ang ngiting sinukli ko sa kanya. Tuluyan na nagbago ang buhay ko nang tumuntong ako dito. Masarap naman ang mga pagkain kaya lang iba parin talaga pag nasanay ka sa kanin kahit simpleng adobo lang ang ulam solve na hindi kagaya ngayon. Napakadami ng hinanda nila tapos may maliliit na serving na hindi ko alam kung ano. May sobra naman sa palamuti na pwede lang kuhanan ng larawan pero hindi mo makakain.

Pagkatapos naming kumain ni Lola ay umakyat na kami sa mahaba at malaking hagdan. Nakakalula talaga dahil ganitong-ganito ang hagdan sa mga fairytales kung saan bumababa si Cinderella habang suot ang malaki at magandang gown niya. Mahaba din ang nilakad namin bago tumigil si Lola sa pag-akay sa akin.

"Dito na tayo Apo, ito ang magiging kwarto mo." Wika niya.

Mula baba hangang taas kong tinignan ang malaking pinto. Napakaganda ng disenyo nito halatang pinaghirapang ukitin ang lahat ng detalye sa pinto pa lamang. Palagay ko matibay at mabigat din ito.

Dahan-dahan na binuksan ni Manang Adela ang pinto. Tumambad sa akin ang malawak na kwarto. Napanganga ako dahil bukod sa malaki ang kama. Napakabango at malamig din ito. Mixed of black, white and gold.

"Dito po ang kwarto ko?" Hindi maka-paniwalang tanong ko. Parang kasing lawak ito ng half court.

"Oo apo, magpahinga ka na alam ko pagod ka dahil sa byahe mag-usap na lamang tayo bukas."

Pagkatapos niyang mag-paalam sa akin umupo muna ako sa malambot na kama.

"Senyorita, nilagay na po namin lahat ng gamit niyo dito sa closet. Kung may kailangan po kayo. Tumawag lang kayo sa device na yan." Turo niya sa akin sa kulay puting bagay na nasa ibabaw ng glass table. Hindi siya mukhang radyo or cellphone. Mukha siyang speaker na hindi ko alam kung paano gagamitin.

"Sige po."

Nakangiti siyang lumabas ng pinto. Inikot ko ang buong kwarto. Kahit ang banyo ay napakaganda din bukod sa may malaki itong bath tub ay kompleto din sa gamit. Glass naman ang pader kaya kitang-kita ang katawan kapag naligo ka sa loob ng shower.

Maya-maya ay nakapag-adjust na rin ako. Kumuha ako ng isang pares na pantulog at naligo ako sa banyo. Masarap din ang tubig dahil may maligamgam at may katamtaman lang ang lamig. Halos kalahating oras din akong naligo bago ako magpasyang magbihis na para matulog. Sa sobrang lambot ng kama at sa lamig ng kwarto ay mabilis akong hinila ng antok.

Bigla akong napamulat ng may maramdaman ako yumakap sa akin. Paglingon ko ay mukha ng lalaki ang tumambad sa akin.

"Aah!"

Chapter 3

Rafael's POV

Katatapos lang ng meeting ko with the investors nang magpasya akong bumalik sa office. Mas ginugol ko kasi ang oras ko sa pagtatrabaho kaysa kausapin si Lola. Sinabi niya sa akin na kailangan ko ng magpakasal. Nahanap na raw niya ang babae para sa akin at sa ayaw at sa gusto ko ay i-uuwi daw niya 'yon sa mansyon. Tumutol ako sa gusto niyang mangyari. Wala pa sa isip ko ang magpakasal at kung meron man si Lalaine ang gusto kong makasama habang buhay. She was my first love. We've been together for almost five years. I was happy being with her. She's not just a girlfriend material but also a wife material. She's perfect for me.

Pero isang araw, bigla na lamang siyang nagbago. Nawala na ang kinang na nakikita ko sa kanyang mga mata. Then she break-up with me, without any reasons. Hindi ako pumayag, how can you break-up with someone just like that? I'll fight for her because I love her very much. I'll proposed to her that day she wanted to leave me. But she rejected my proposal and leave me without saying goodbye.

I was lost, scared and depressed. But when I saw grandma staring at me, she's crying with pain. Siya na lang ang meron ako. I almost forgot I have my own life to live.

Then I forced myself to move-on. Ginagawa ko ang lahat ng bagay para makalimutan ko siya. Alak, kaliwa't kanang babae ang bumuhay sa akin. Tinulungan din ako ni grandma maibangon ang sarili ko. And now I want to start my life again. Pero hindi sa babaeng gusto ni Grandma para sa akin. Hindi ko siya kilala and I want to choose my own happiness. Nasa tapat na ako ng opisina when my secretary approach me.

"Sir. Rafael. Sorry po, pinapasok ko po sa office niyo si Miss. Enriquez." She said.

Kaagad akong pumasok sa opisina umaasang hindi siya ang tinutukoy ni Sandra. Pero natigilan ako nang bumungad sa akin ang babaeng naging dahilan ng pagkadurog ko. Nasa harapan ko ang babaeng nangiwan sa akin sa loob ng dalawang taon.

"Lalaine?"

"Rafael!"

Kaagad niya akong niyakap ng mahigpit. God knows how much I missed her. But why? Kung yakapin niya ako parang hindi niya ako iniwan noon? Parang wala lang sa kanya ang relasyon namin. Parang hindi niya ako tinapon na parang basura.

"Rafael, I missed you so much!" Umiiyak na wika niya habang nakayakap pa rin sa akin.

"Why? Why you're here?" Malamig na tugon ko sa kanya. Lumuwag ang pagkakayakap niya sa akin at nagtama ang mga mata naming dalawa.

"Hindi ka ba masaya nakita mo ako ulit? Galit ka pa rin ba sa akin?" Sambit niya sa pagitan ng pag-iyak niya.

"What do you expect me to do? Welcome you and treating you like there's nothing happen between us?"

"Rafael, I'm sorry."

"Sorry? That's all? Alam mo ba ang pinagdaanan ko nang iwan mo ako? Tapos babalik ka kung kailan handa na akong mag-umpisang muli?" Sumbat ko sa kanya. Pinahid ko ang luhang nagbabadyang pumatak sa aking mata. Ayokong makita niya kung gaano ako ka miserable noong iwan niya ako. Ayokong isipin niyang hangang ngayon ay mahal ko pa rin siya kahit yun ang totoo. I still loved her!

"Rafael, I know mahal mo pa rin ako. Please give me a chance to expla—"

"No! Lalaine! Kahit ano pa ang rason na ibigay mo sa akin. Hinding-hindi kita mapapatawad!"

Tuluyan na akong lumabas sa opisina punong-puno ng hinanakit ang puso ko ng dahil sa kanya. Kaya hindi ko siya kayang patawarin. Kahit ano pang rason ang ibigay niya nangyari na ang lahat. Nasaktan na niya ako. I almost lost my life because of her!

Kaagad kong tinungo ang bar na lagi kong pinupuntahan. Umaasang mabawasan ang sakit na pilit bumabalik sa akin noon. Paano niya naatim na magpakita sa akin ng ganun na lang! Na parang walang nangyari! I know, I still loved her. Pero mas nangibabaw ang sakit!

Sunod-sunod kong tinunga ang alak sa aking harapan. Ngunit kahit anong inom ko hindi ko maramdaman ang pagkamanhid. Gusto kong ilabas lahat ng galit sa puso ko! Gusto kong sigawan siya at saktan siya baka sakaling malaman niya kung gaano niya ako pinaasa araw-araw noon. Umaasang pagising ko ay makikita ko siya muli at makakasama pero lumipas ang dalawang taon hindi na siya bumalik. Pero ngayon? Kung kailan gusto ko ng tapusin ang kahibangan ko sa kanya at magsimulang muli babalik siya?

"Sh*t! Damn!"

Ipaparamdam ko sa kanya kung gaano kasakit ang ginawa niyang pag-iwan sa akin!

Hindi ko na namalayan na nakatulog na pala ako sa kalasingan. Mabuti na lang at may kasama akong driver na maghahatid sa akin pauwi. Kaya ko pang lumakad pa-akyat ngunit umiikot na ang aking paningin. Ilang beses na akong umuuwing ganito kaya kabisado ko na ang lahat ng dadaanan ko papunta sa kwarto ko.

Pagkabukas ko ng kwarto ay kaagad kong inilapat ang aking katawan sa malambot na kama. Hangang sa may naramdaman akong kakaiba. Pinilit kong idinilat ang aking mata nang gumalaw ang unan na yakap ko.

"Aah!"

Malakas na sigaw niya na nagpabalikwas sa akin sa kama.

"What the hell?! Who are you?!" Sigaw ko sa kanya. Mabilis na rin siyang tumayo at iniyakap niya ang puting kumot sa kanyang katawan.

"Sino ka?! Bakit narito ka sa kwarto ko?!" Galit na sigaw niya sa akin. Pakiramdam ko ay nahimasmasan ako dahil sa mga nangyari.

"Kwarto mo?" Kunot noong tanong ko sa kanya. Kaagad kong binuksan ang lahat ng ilaw at tumambad sa akin ang kabuohan niya. Nakaterno pajama siya at mukha naman siyang hindi magnanakaw.

"Kwarto ko to! Bakit ka nandito?!"

"Kwarto mo toh? Sabi sa akin ni Lola Cynthia ito na daw ang magiging kwarto ko." Wika niya na halatang natatakot na. Dahil siguro sa pagsigaw ko sa kanya.

"Bakit mo tinatawag na Lola si Grandma?"

Sh*t! Hindi kaya siya ang sinasabi ni Lola? My fiancé?

Chapter 4

Rafael's POV

Galit na tinungo ko ang kwarto ni Grandma. Hindi ko akalain na dadalhin niya ang babaeng yun ngayon sa mansyon. And what the Hell! Sa kwarto ko pa mismo pinatulog ang babaeng yun.

"Grandma! Open this door!"

Paulit-ulit kong kinatok ang pintuan ni Grandma. Alam ko kabastosan yun, pero hindi ko kayang makasama ang babaeng yun sa kwarto ko. Nakailang katok pa ako bago niya ako pagbuksan ng pinto.

"Grandma, sino ang babaeng nasa kwarto ko? Bakit nasa kwarto ko siya?" Salubong ang kilay na tanong ko sa kanya.

"Rafael, napag-usapan na natin to diba? Susunduin ko ang mapapangasawa mo at matutulog na kayo ng magkatabi. So what's wrong with that?"

Napasinghap ako sa sinagot niya sa akin. "Grandma, wala akong naalala na pumayag ako sa sinasabi niyo. Why are you doing this to me? Can you just stop controlling my life?"

"Rafael! Ginagawa ko lang ito para sa'yo." Galit na singhal ni Lola. Ito na nga ba ang kinakatakutan ko. Ang magalit siya at makasama pa sa kanya kapag pinagpatuloy ko ang galit ko.

Huminga ako ng malalim para pigilan ang nararamdaman kong init ng ulo. Napansin ko na lang na nasa likuran ko na ang babaeng umaangkin sa kwarto ko.

"Grandma, seryoso ba talaga kayo? Ipapakasal niyo ako sa babaeng yan? Tignan mo nga ang itsura niya? Wala pa nga sa kalingkingan ni Lalaine yan? Mukhang basta mo na lang siya pinulot sa kung saan at inalok ng kendi para sumama dito."

"Rafael! Hindi mo kilala si Angela, kaya wag mo siyang pagsasalitaan ng ganyan. Galing siya sa ampunan at pinalaki ng mga madre kaya alam kong mabuti siyang babae! At wag mo siyang ikukumpara sa Ex mong nangiwan sayo!" Galit na sigaw ni Lola sa akin. Malinaw naman na mas kinakampihan niya ang babaeng ito kaysa sa akin na apo niya.

"Ampunan? I can't believe na ipapakasal niyo ako sa babaeng galing lang sa ampunan Grandma? Kung mga anak pa ng stocked holder's natin baka ma-intindihan ko pa. Pero sa ampunan? Ni hindi niyo nga alam baka kriminal ang mga magulang niyan kaya siya pinabayaan sa ampunan!" Galit na sigaw ko napatid na kasi ang katiting na pasensiya ko at gusto ko din ipamukha sa babaeng ito na hindi kami bagay sa isa't-isa.

Ngunit nagulat na lamang ako nang bigla niya akong sampalin. Napamaang akong nakatingin sa kanya. Wala pang babaeng nanakit sa akin kahit si Grandma ay hindi pinagbubuhatan ng kamay.

"How dare you!" Hinigit ko ang kwelyo ng pajama niya. Matalim ang tingin na ipinukol ko sa kanya pero hindi siya natinag.

"Hindi porke mayaman ka, pwede ka ng mang-apak ng taong hidni mo kilala. Oo ulila ako. Pero kahit walang magulang na nagpalaki sa akin ay hindi ako kasing basura ang pang-unawa gaya mo." Mahina ngunit madiin niyang sabi sa akin.

"T-tama na yan." Hinihingal na sambit ni Grandma. Kaagad ko siyang binitawan dahil nakita ko ang hirap sa paghinga ni Grandma.

"Grandma?"

"Lola?" Sambit niya. Nakita ko ang paglambot ng mukha niya habang nakatingin sa Lola ko. Ang kaninang matalim na tingin na ipinukol niya sa akin ay napalitan ng pag-alala.

"H-hindi ako makahinga." Wika ni niya sa akin, habang nakahawak sa kanyang dibdib.

"Grandma, dadalhin kita sa ospital!" Nag-aalalang sambit ko. Kaagad ko siyang binuhat at bumaling ako sa babae.

"Wag kang aalis dito, hindi pa tayo tapos." Banta ko sa kanya. Kaagad akong bumaba sa mahabang hagdan bitbit si Lola.

"Manang! Pakitawag si Samuel!" Utos ko sa kasambahay. Kaagad naman itong lumabas ng mansyon upang puntahana ng driver namin.

Nakahinga ako ng maluwag nang sabihin ng Doctor na okay na si Lola. Bawal lang daw na ma-stress. Senior citizen na si Lola kaya lang lagi niya pa ring sinasabi na fifty years old pa rin siya.

Marami na rin siyang nararamdaman kaya palagi kong iniiwasan na magtalo kaming dalawa. Kaya lang hindi ko na napigilan ang sarili kong magalit, dahil sumabog na ako nang tuluyan. Idagdag ko pa ang pagdating ni Lalaine na ngayon ay nagbibigay sa akin ng matinding stress.

Iniwan kong mahimbing na natutulog si Lola sa kwarto. Kaagad akong umuwi sa mansyon. Pinuntahan ko agad ang babae sa kwarto ko. Nadatnan ko siyang nakaupo sa kama at nakayuko habang sapo ang mukha niya. Nag-angat siya ng tingin kaya nagkatinginan kaming dalawa.

"K-kumusta na si Lola?" Paos na boses na tanong niya sa akin. Nakita ko pa ang pangingilid ng luha niya. Hindi ko siya kilala pero hindi naman siya mukhang umaakting lang.

"Bakit ka pumayag sa sinabi ni Grandma? May karapatan kang tumangi diba? Nakikita mo ba ang pagkakaiba ng mundong ginagalawan natin? Nakikita mo ba ang itsura mo?" Nang-uuyam na wika ko. Pinasadahan ko siya ng tingin. Sobrang bata pa niya para sa akin. Hindi ko nga alam kong tatagal siya sa kama dahil sa nipis ng katawan niya.

"Malaki ang utang na loob ko kay Lola Clara." Mahinahon na sagot niya sa akin. Marahas akong napabuntong hininga. Nilapitan ko siya pero umatras siya.

"So kaya ka lang pumayag dahil sa utang na loob? Sa pagtawag mo palang na Lola sa Lola ko ay tangap na tangap mo na siguro ang maging bahagi ng pamilya namin."

Sunod-sunod siyang umiling. "Si Lola din ang may gusto na tawagin ko siya ng ganun. Kung pwede ko lang tangihan ang alok niya. Gagawin ko. Hayaan mo, kukumbinsihin ko si Lola na wag ng ituloy ang plano niya." Wika niya sa akin.

"At sino ka para gawin yun? Isa ka lang hamak na ulila! Sa tingin mo ba papakingan ka ni Lola? Sa akin nga hindi siya nakikinig sayo pa?"

Tinalikuran niya ako at kinuha niya ang maleta niya. Pumasok siya sa closet at inilagay na niya ang mga gamit niya.

"Makiki-usap ako sa kanya na pabalikin na ako sa ampunan. Mas gugustuhin ko pang makasama ang mga kagaya nila kaysa sa walang puso na kagaya mo. Kung kailangan kong lumuhod kay Lola, gagawin ko. Pabalikin lang niya ako." Saad niya.

Walang puso?

Ako?

Lumapit ako sa kanya at kinuha ko ang maleta sa kamay niya.

"At anong gagawin mo? Aalis ka na lang ngayon? Gusto mo ba talagang lumala ang kalagayan ng Lola ko pag nadatnan ka niyang wala rito!?" Singhal ko sa kanya. Pero malamig niya lang akong tinignan.

"Kwarto mo to diba? Tao akong tinangap ni Lola dito. Kaya tao akong aalis. Magpapalipat na lang ako ng ibang kwarto total malaki naman itong bahay niyo. Pero kung ayaw mo kahit sa labas ako matulog at antayin ang pagbabalik ni Lola. Okay lang din sa akin." Sagot niya sa akin. Hindi ko alam kong ano ang mararamdaman ko. Sumobra lang ba ako? Hindi ako ganito. Simula nang iwan ako ni Lalaine naging ganito na ako. Anong nangyari sa akin?

Pinilit kong maging mahinahon. Pagod na rin ako. Hindi ko na kaya pang makipagtalo sa kanya. Madaling araw na din kaya kailangan ko ng magpahinga. Pero kailangan kong balikan si Lola sa hospital.

"Stay here, kailangan kong bumalik sa hospital. Hintayin muna natin maging okay si Grandma bago mo siya kausapin."

Hindi ko na inantay ang sagot niya. Naiintindihan naman siguro niya ang ibig kong sabihin.

Chapter 5

Angela's POV

Bagsak ang balikat akong umupo sa tabi ng kama mula ng umalis siya. Hindi ko naman talaga balak na umalis gusto ko lang lumabas sa kwarto niya. Hindi ko akalain na ganun pala kasama ang ugali niya. Nag-aalala din ako para kay Lola. Gustuhin ko man na batayan siya sa ospital baka kung anong isipin ni Rafael. Alam ko hindi niya ako tangap pero hindi ko naman inasahan na wala pala siyang alam tungkol sa akin dahil wala naman sinabi si Lola sa akin.

Pinahid ko ang nangingilid na luha ko. Harap-harapan niya akong tinangihan sa Lola niya, kaya wala akong choice kundi subukan na kausapin si Lola. Marami na akong pinagdaanang sakit lalo pa hindi ko pa rin mahanap ang mga taong nag-iwan sa akin sa bahay ampunan. Palagay ko ay kalahati ng buhay ko ang gusto kong buohin, pero kung mapipilitan akong pakasalan siya siguradong hindi rin ako magiging masaya.

Dahil hindi naman kagaya ko ang magugustuhan niyang babae. Kung pasadahan nga ako ng tingin ay lalong nangliit ang tingin ko sa aking sarili.

Malalim na ang gabi at ipinasya kong matulog na lamang. Upang magkaroon ako ng lakas na kausapin si Lola.

Kinabukasan tunog ng phone ang gumising sa akin. Pasikat pa lang ang araw kaya siguro inaantok pa rin ako.

"Hello?"

"Angela, bakita hindi mo sinabi sa akin."

Napabalikwas ako ng bangon ng marinig ko ang boses ng Mathew. Kaagad akong tumayo at tinungo at binuksan ang glass na pintuan ng veranda. Pansin ko din sa boses ni Mathew na paos ito.

"I'm sorry Mathew, biglaan din ang lahat." Wika ko.

"Ni minsan ba hindi rin ako naging mahalaga sayo?"

Naramdaman ko na umiiyak siya dahil naririnig ko pa ang pagsinghot niya.

"Ano kaba syempre mahalaga ka sa akin Mathew. Pero hindi ko kayang tangihan si Lola. Malaki ang utang na loob ko sa kanya. Pero pangako, kakausapin ko siya na pabalikin na lamang ako diyan dahil hindi naman ako gusto ng apo niya." Paliwanag ko sa kanya.

"I love you, Angela. Kung alam ko lang na mangyayari ito noon ko pa sana sinabi ito sa'yo. Kung alam ko lang na aalis ka na lang dito na walang paalam man lang sa akin. Sana tinake ko yung risk ng friendship natin para masabi ko ang tunay kong nararamdaman." Ramdam ko sa boses niya ang pag-sisisi at nasasaktan ako dahil alam ko kung gaano siya naging mabuti sa akin. Pero hindi ko inaasahan na aamin siya ng ganito.

"Mathew mahal din naman kita pe—"

"Matinong babae? Sinong matinong babae ang iiwan ang lalaking mahal niya kapalit ang kaginhawaan?"

Napalingon ako sa likuran ko dahil sa narinig. Hindi ko inasahan na nasa kwarto na pala siya at nakikinig sa usapan namin. Pero wala yun sa akin dahil kilala ko ang sarili ko at alam ko ang dahilan kung bakit ako naririto.

Pinatay ko ang phone at hinarap siya. "Hindi ko na kailangan tangapin pa ang paulit-ulit na pagtapak mo sa pagkatao ko Rafael. Kaya sabihin mo sa akin kung kailan uuwi si Lola para makapagpa-alam na ako." Matalim ang titig na ipinukol niya sa akin pero hindi ako nagpatinag. Kailangan kong protektahan ang sarili ko dahil walang ibang may kakayahan gawin yun kundi ako.

Nang-uuyam niya akong tinignan. "Kaya ba atat ka ng umuwi dahil sa lalaki mo? Tapos kapag hindi pumayag si Lola sa gusto mo babalik ka rito? Anong palagay mo sa akin tumatangap ng second hand?" Lumapit ako sa kanya at nginisihan ko siya.

"Alam mo Rafael? Wag ka ng magtaka kung bakit iniwan ka ng girlfriend mo. Dahil kahit sinong babae walang makakatagal sa ugali mo!" Singhal ko sa kanya. Pero hindi ko inaasahan ang sumunod na nangyari mabilis niya akong hinila at isinandal sa likod ng malaking pinto. Dinig ko pa ang malakas na paghampas ng likod ko kaya napangiwi ako. Hinawakan niya ang isa kong kamay at ang isa naman ay nakahawak sa leeg ko. Kaya mahigpit kong hinawakan ang kamay niya na nasa leeg ko.

"How dare you! Kagabi sinampal mo ako, pinalagpas ko yun! And now you're talking to me like you know me?! Wala kang alam sa pinagdaanan ko Angela! At dahil ginalit mo na rin ako ng tuluyan magdasal ka na!"

"Bitawan mo ko! Ikaw ang magdasal dahil masama ang ugali mo!"

Marahas niya akong binitawan napaubo ako dahil napadiin ang hawak niya sa leeg ko.

"Malalaman mo ang tunay kong kulay kapag nakasama mo na ako. Sisiguraduhin kong gagapang ka paalis sa pamamahay na to." Madiing sabi niya sa akin na nagbigay sa akin ng labis na pangamba. Pero hindi ko yun pinahalata kapag nakita niyang mahina ako siguradong lalo pa niya akong tatapakan.

Pagkatapos niya akong pagbantaan ay lumabas na siya ng kwarto. Napapikit pa ako dahil sa malakas na paglagabog ng pinto. Napahawak ako sa dibdib ko. Sobrang bilis ng tibok ng puso ko. Hindi ko alam kung dahil ba yun sa takot. Binigyan lang niya ako ng dahilan kaya lalong hindi ako pwedeng manatili ng matagal dito. Kailangan kong makaalis at bumalik sa bahay ampunan kung saan ako nababagay.

Hindi ako lumabas ng kwarto, pero may nagdadala sa akin ng pagkain. Kaya maghapon kong ikinulong ang sarili ko dahil baka makita ko na naman siya. SInabi din ni Manang sa akin na mamayang gabi daw uuwi si Lola pero mahina parin daw ito kaya hindi daw pwedeng ma-stress at bigyan ng sama ng loob. Hindi ko alam kung paano ako aalis kung ganun ang kalagayan niya pero susubukan ko parin dahil hindi ko na kayang tumagal pa sa malaking bahay na ito kasama ang lalaking yun.

Kinagabihan naghanda ako sa pagdating ni Lola. Pati mga gamit ko ay nakahanda na rin. Si Rafael daw ang nag-uwi kay Lola at nasa kwarto na daw ito. Dahan-

dahan akong nagtungo sa kwarto niya at nakakailang katok pa lamang ako ay pinapasok na niya ako. Nurse ang nagbukas ng pinto at iniwan din kami.

"Lola?" Nangingilid ang luha akong lumapit sa kanya.

"A-apo! Mabuti naman at pinuntahan mo ako agad. Patawarin mo sana si Rafael hija. Masyado lang siyang nasaktan noon sa Ex niya kaya siya nagkakaganun. Pero alam mo napakabait non at masunurin." Mahinang sabi ni Lola. Hinawakan ko ang kamay niya at umupo ako sa tabi niya.

"Okay na po ba kayo? Nag-alala po ako sa inyo. Patawarin niyo po ako Lola. Hindi ko po napigilan ang sarili ko kaya nasampal ko siya." Naiiyak na wika ko sa kanya.

"Ano ka ba, apo. Tama lang ang ginawa mo para magising si Rafael. Paki-usap bigyan mo siya ng pagkakataon hija. Mabuting binata ang apo ko. Nagkaganun lang siya dahil iniwan siya ng girlfriend niya pero sigurado ako babalik din siya sa dati."

"Pero Lola, hindi niya po ako gusto." Nakayukong sagot ko sa kanya. Wala na kong choice kundi sabihin yun kay Lola dahil pakiramdam ko hindi siya papayag kung aalis man ako at babalik sa ampunan.

"Anong sinasabi mo apo? Nabigla lang daw si Rafael pero sabi niya payag na daw siya na maikasal kayo." Wika ni Lola na ikinagulat ko.

Ito ba yung sinasabi ni Rafael kanina?

Chapter 6

Pagkatapos kong kausapin si Lola ay kaagad na akong bumalik sa kwarto. Gusto ko pa sanang ipagpilitan sa kanya na uuwi na lamang ako sa ampunan pero alam kong masama parin ang lagay niya. Hindi naman kaya ng konsensiya ko kung lumala pa siya dahil sa akin dahil napamahal na rin ako sa kanya.

Pagkarating ko sa kwarto bumungad sa akin ang mukha ni Rafael. Sa tingin ko ay katatapos lang nitong maligo dahil basa pa ang katawan nito habang suot ang puting tuwalya na nakatali lang sa beywang nito.

Natigilan pa ako nang makita ko ang kabuohan niya dahil napakaganda din ng katawan niya. At ngayon lang ako nakakita ng ganong klaseng katawan. Wala man lang akong nakikitang taba kahit saan kundi puro muscles. Inaamin kung nakadagdag din yun sa appeal niya bukod sa gwapo niyang mukha pero nagtatago doon ang masamang ugali niya. Tama nga sila hindi lahat ng may perpektong anyo ay maganda ang pag-uugali.

"Rafael, pwede ba tayong mag-usap?" Seryosong saad ko nang maisara ko na ang pinto.

"Bakit?" Kunot noong tinapunan niya ako ng tingin.

"Please, ilipat mo ako ng ibang kwarto habang hindi ko pa nakukumbinsi si Lola. Ayokong nakikita kita dito kaya ako na lang ang lilipat." Saad ko.

Tumingin siya sa akin at malalim na naman siyang nakatitig kaya kinabahan na naman ako.

"Hindi pa ba nasasabi sayo ni Lola na pumayag na akong magpakasal tayong dalawa?" Sagot niya na ikinagulat ko. Kahapon lang pinagtatabuyan niya ako tapos ngayon sasabihin niyang payag na siya sa gusto ni Lola Cynthia na ikasal kami?

"Rafael, kung tungkol ito sa pagbabanta mo sa akin ay huwag mo ng ituloy. Alam kong ayaw mo sa akin at ganun din naman ako sa'yo kaya susubukan ko pa din na kausapin si Lola Cynthia." Wika ko sa kanya. Lalabas na sana ako ng pinto para hindi ko makikita ang pagbibihis niya nang bigla niya akong hawakan.

Nanlaki ang mga mata ko nang bumaba ang tingin ko sa kanyang katawan pababa sa kanyang pagkalalaki na ngayon ay wala ng tabing.

"Anong ginagawa mo!" Inis na singhal ko sa mukha niya. Pakiramdam ko ay nag-init ng tuluyan ang aking mukha dahil sa nakita ko. Bumilis din ang tibok ng aking puso sa di ko malaman na dahilan ng maramdaman ko ang paglapit ng mukha niya sa akin.

"At sino ang gusto mo? Yung katawagan mong lalaki? I already told you baby. Hindi ako papayag na basta ka na lang umalis dito!"

"Bitawan mo ko!" Sighal ko sa kanya. Pero lalo niyang hinigpitan ang hawak ng kamay ko. Iniwasan kong mapunta ang mga mata ko sa baba niya dahil nararamdam ko na yun sa manipis na suot kong pajama.

"Ibibigay mo rin naman ang sarili mo sa akin, bakit hindi pa ngayon? Baka sakaling magbago ang isip mo at ma-realize mong mas magaling ako kaysa sa lalaking yun."

Pakiramdam ko ay nagtayuan ang lahat ng balahibo ko hindi lang sa batok nang kabigin niya pa ako palapit sa kanya. Sa uri ng tingin niya sa akin pakiramdam ko ay inaakit niya ako. Kakaibang pakiramdam ang unti-unting bumalot sa aking katawan. Ngunit pilit kong pinaglalabanan, pinigilan ko ang sarili kahit kahibla na lang ang layo ng mukha at katawan namin.

"Kung sa ugali lang ang pagbabasehan ko. Walang-wala ka kahit katiting sa kalingkingan Mathew." Matapang na sabi ko sa kanya.

Nalusaw ang pang-aakit na titig niya at napalitan yun ng galit.

Galit na naghahatid sa akin ng matinding takot ng mabilis niya akong kabigin. Nanlaki ang mga mata ko nang bigla nalang niya akong halikan.

"R-fa-el!" Pilit ko siyang nilalayo pero kayang-kaya niya akong ikulong sa matigas niyang braso.

"Wag na wag mo akong ikukumpara kahit kanino!" Galit na singhal niya sa akin. Naramdaman ko na lang ang marahas na paglapat ko sa malambot na kama.

"Tama na!" Naiiyak na pigil ko sa kanya. Mabilis siyang pumatong sa akin hinalikan ulit ako. Pilit kong tinitikom ang bibig ko dahil nararamdaman kong gusto niyang palalimin ang halik nya ngunit kinakagat niya ang labi ko. Nalasahan ko pa ang mainit at maalat na dugo ko sa labi. Kaya lalong akong napaiyak. Hindi ito ang gusto ko. Puro galit at pagnanasa ang nakikita ko sa kanyang mga mata. Lalo pa akong naiyak nang pilit niyang tinatangal ang saplot ko sa katawan.

"Tama na!" Sigaw ko. Kahit anong gawin kong suntok sipa sa kanya hindi ko magawang makawala nasasaktan na rin ako dahil sa marahas niyang pagkilos sa ibabaw ko. Hangang sa tuluyan na niyang matangal ang lahat ng saplot ko sa katawan.

Pinagyaman niya ang mga matang tignan ang kabuohan ko.

"Rafael, tama na." Pagmamakaawa ko sa kanya pero naging bingi siya sa paki-usap ko. Inilapit niya ulit ang mukha niya sa akin at hinalikan ang leeg ko. Habang ang dalawa niyang kamay ay walang sawa sa paghimas ng dibdib ko.

"Rafael!" Tinulak ko siya ng buong lakas ngunit lalo lang niyang inipit ang katawan ko nararamdaman ko na ang kahandahan niya na kumikiskis sa aking pagkababae. Bumaba ang marahas niyang halik sa leeg ko pababa sa dibdib ko. Patuloy parin ako sa pag-iyak ngunit tila magkaiba ang reaction ng katawan ko sa isip ko pero hindi maaring mangyari ito dahil aalis na ako sa mansyon nila.

Nanginig ang katawan ko sa ginagawa nang bumaba pa ang halik niya ay pilit ko na naman siyang itinutulak ang hangang sa umakyat ulit siya sa labi ko. Sinubukan na niyang ipasok ang pagkalalaki niya sa gitna ng aking hita.

Kaya napasigaw na ako sa sakit alam kong malaki yun at natatakot ako dahil wala pa akong karanasan.

"Ah!! Rafael!! Please wag mong gawin ito, maawa ka sa akin." Umiiyak na paki-usap ko sa kanya. Sobrang sakit ng ginawa niyang pagpumilit na maipasok ang pagkalalaki niya. Naramdaman kong natigilan siya at dumilat ako at nagtama ang paningin naming dalawa.

"Please, tama na." Umiiyak at nanghihina kong sambit sa kanya.

"F*ck! I'm sorry...Pero hindi kita hahayaan na lumipat ng ibang kwarto." Sambit niya. Hindi na niya itinuloy ang tangka niya sa akin bagkus ay mabilis siyang umalis sa kwarto suot ang roba. Naiwan akong umiiyak at naawa sa sarili dahil sa ginawa niya. Pero kahit ganun nagpasalamat na rin ako dahil hindi niya itinuloy ang balak niya. Ayokong sa ganitong paraan makukuha ang puring iningatan ko sa mahabang panahon.

Chapter 7

Angela's POV

Nang umalis si Rafael ay isa-isa kong pinulot ang mga damit ko. Nagbihis ako ng panibagong pares ng t-shirt at pantalon. Kailangan kong maka-alis dito sa lalong madaling panahon. Natatakot ako kay Rafael. Nalilito ako sa pinapakita niya sa akin. Pero siguro dala na rin ng galit niya kaya nagawa niya yun.

Pinuntahan ko si Lola sa kwarto. Nagbabaka-sakali na maka-usap ko siya at kumbinsihin na bumalik na lamang ako sa ampunan. Atleast duon tangap ako, may nagmamahal sa akin. Gusto ko rin kausapin si Mathew ng personal. Alam ko galit pa rin siya sa akin. Gusto kong magpaliwanag ng maayos. Dahil mahalaga pa rin sa akin ang pagkakaibigan naming dalawa.

Buo na ang loob kong kumbinsihin si Lola, kaya lang pagpasok ko ng kwarto ay mahimbing itong natutulog. Sabi ng nurse kakainom lang daw niya ng gamot. Wala akong choice kundi bumalik sa kwarto.

Inaantok ako kaya lang natatakot ako na baka pumasok ulit si Rafael. Hindi ko alam ang dahilan kung bakit ayaw niya akong ilipat ng kwarto gayong alam kong namumuhi siya sa akin.

Tapos pinagtangkaan pa niya ako. Ang katotohanang nakita na niya ang lahat sa akin ay lalong nagpadagdag ng pagka-ilang ko sa kanya.

Naupo ako sa gilid ng kama ng magbukas ang pinto.

"Senyorita Angela, pinapabigay po ni senyorito Rafael." Inabot sa akin ni Manang Ladia. Isa sa apat na kasambahay nila.

Kaagad kong kinuha ang malaking paper bag. Pagkatapos ay nagpaalam na siya sa akin. Ayaw ko mang tignan kung ano ang laman noon ay nakita ok ang note sa gilid ng paper bag kaya kinuha ko iyon at ipinatong ko sa kama ang paper bag.

gilid ng paper bag kaya kinuha ko iyon at ipinatong ko sa kama ang paper bag.

"Wear it tonight, I'll pick you up at 8 pm...."

Kinuha ko ang laman ng paper bag. Isang kulay itim na mermaid off shoulder dress na may makinang na parang diamante sa dulo ng laylayan may mahabang hiwa pa sa kanan at nagpaganda sa desenyo nito. May isang pares din kulay itim na stiletto na sa tingin ko ay may limang inches ang haba. Bukod dun may nakita din akong isang kahon. Binuksan ko at napanganga ako sa mamahaling diamante necklace at earrings Pinakatitigan ko pa kung totoo nga yun. Pero imposibleng hindi dahil hindi naman siguro siya bibili ng pekeng alahas.

Binaba ko ang hawak ko at tinitigan. Anong intention niya sa pagsama sa akin? Paano kung hindi ako sumunod sa gusto niya? Hindi kaya magalit na naman siya sa akin?"

Napabuntong hininga ako. Matapos ng mangyari kanina gusto niya akong isama sa party na hindi ko alam kung para saan.

Never pa akong nagsuot ng ganitong damit at hindi pa rin ako nakakapunta sa kung anong party. Sigurado akong hindi yun basta-basta dahil sa napakagandang damit ang gusto niyang isuot ko.

Parang gusto ko na lang tuloy tumakas at wag ng magpa-alam kay Lola. Anong gagawin ko? Masyadong maiksi ang pasensya niya. Paano kung magalit na naman siya?

Isa't kalahating oras bago mag alas-otso ay nagdadalawang isip pa din ako. Nakasuot ako ng roba at kagat-Kagat ang dulo ng kuko ko. Kinakabahan ako. Hindi ko alam kung magagawa ko ba to. Palakad-lakad ako sa kwarto, nang biglang bumukas ang pinto.

"Senyorita si Che-che po siya ang mag-aayos sa inyo. Pinadala po siya ni Sir." Nakangiting wika ni Manang. Sabay bungad sa akin ng magandang babae.

Mag-aayos? Meaning kailangan niya pa akong make-upan?

"Hi Miss. Angela. Napakaganda mo pala! Kahit walang make-up ay kabog na kabog na ang beauty mo!" Wika niya sa akin. Saka ko palang nalaman na bakla pala siya pero ang ganda niya talaga saka mas malaki pa dibdib at balakang niya sa akin.

"H-hello." Napilitan kong ngiti sa kanya. Bago siya pasadahan ng tingin.

"Ay naku ma'am Angela! Wag mo akong tignan ng ganyan peke lahat ng nakikita niyo." Nakatawang sabi niya sa akin.

Tipid akong ngumiti.

"Umpisahan na po natin. Pagagandahin ko pa kayo lalo para maglaway na si sir Rafael." Dagdag pa niya na ikinapula ng mukha ko.

Kahit pagandahin pa niya ako at bihisan hindi parin mawawala ang katotohanan na galing ako sa ampunan.

"Am Che-che pwede Angela na lang itawag mo sa akin? Saka hindi ko pa sigurado na aattend ako sa party." Nakayukong wika ko sa kanya.

"Ay ma'am hindi po pwede, magagalit po si sir. Rafael. Sesesantihin daw niya ako kapag hindi ko nagawa ang utos niya. Sayang naman ang trabaho ko pangbili ko ng gamot ni mudra."

Bigla akong naawa sa kanya. Kaya wala akong nagawa kundi ang umupo sa harap ng vanity mirror. Pinagmasdan ko ang aking sarili. Nag-umpisa na rin siyang ilatag ang lahat ng make-up niya.

Unang beses kong malalagyan ng kolorete ang aking mukha kaya hindi ko rin alam ang magiging kalalabasan.

"Don't worry ma'am Angela, I will make sure na ikaw lang ang pinakamaganda sa party tonight."

Gandang-ganda talaga siya sa akin. Hindi kasi mapawi ang ngiti niya. Hindi ko alam kung ano-ano ang nilagay niya sa aking mukha pero lalo kong nakikita na mas gumaganda ako sa ginagawa niya.

Binigyan niya ng kulay ang matamlay kong mga mata. Pati na rin ang natural na mapula kong labi ay nilagyan niya ng simpleng nude color na lipstick. Bumagay din sa double eyelid ko ang mahabang pilik ko. Inayos din niya ang magulo kong kilay. Mabuti na lamang at inahit niya lang yun dahil hindi ako sanay magbunot.

Muntik na akong antukin ng kinulot niya ang buhok ko at itinaas na parang messy bun. May lawit pa na ilang hibla.

"Wow! Gorgeous!"

Pumalakpak pa siya na parang nakatapos ng isang magandang masterpieces.

Hindi ko maiwasan ang ngumiti halos isang oras din ang ginugol niya sa make-up. At nangalay ako ng sobra pero nang makita ko ang finished product ay sobrang natuwa ako. Hindi ko alam na may igaganda pa pala ang simpleng gaya ko.

"Salamat Che-che." Sambit ko.

"Naku! Mas maganda ka pa kay Lalaine!" Napatakip siya sa kanyang bibig.

"Ay este! Kung kasing ganda niyo lang din naman ang mamake-upan ko ay gaganahan talaga ako." Wika niya.

Hindi nakaligtas sa aking pandinig ang pagbangit niya sa pangalan na yun. Narinig ko na rin yun kay Rafael. Kung sino man ang babaeng yun sigurado akong maganda talaga siya dahil hangang ngayon siya parin ang mahal ni Rafael. At ako isang babaeng pinulot lang sa ampunan upang pilitin na ipakasal sa kanya.

Chapter 8

Angela's POV

Limang minuto bago mag alas-otso ay tapos na rin akong magbihis. Kaya lang nailang ako nang makita ng suot ko sa harapan ng salamin. Sobrang haba kasi ng cut sa kanang binti ko kaya pag sinusubukan kong lumakad ay lumalabas ang legs ko. Hindi naman ako sobrang puti pero wala akong kahit isa mang peklat nakakaputi din ang kulay ng damit. Hindi ako makapaniwala sa naging itsura ko. Dahil sa suot ko hindi na ako makikilala kahit pa siguro sila sister Sandy at Mother Evette. Medyo kiya din ang ibabaw ng dibdib ko kaya tinataas ko din baka tuluyang bumaba ayoko namang makita ang cleavage ko dahil hindi naman kalakihan ang dibdib ko. Mababa din ang cut sa likod kaya kalahati ng likod ko ang exposed sa damit.

"Wow!" Sabay-sabay na napanganga ang mga kasambahay namin kaya lalong namula ang pisngi ko nakaramdam ako ng hiya. Dahil hindi ako sanay na nakakakuha ng attensyon sa ibang tao.

"Ang ganda niyo po!" Wika ni Manang Melba.

"Oo nga!" Sang-ayon naman ng iba.

"Syempre! Ako ang fairy god mother niya eh!" Pagmamalaki ni Cheche. Mabuti na lamang at tinulungan niya akong mag-ayos pati sa damit dahil hindi ko talaga alam paano dadalhin ang sarili ko.

Pababa na ako ng hagdan ng bumukas ang pintuan at iniluwa nito si Rafael. Gusto ko pa sanang umakyat ulit kaya lang pinigilan na ko ni Cheche.

Huli na dahil nakita na niya ako. Nag-iwas ako ng tingin sa kanya. Napakagwapo din kasi niya, bagay na bagay ang suot niyang itim na coat. Para tuloy siyang prince na ikakasal sa suot niya.

Dahan-dahan siyang lumapit sa akin. Kakaibang kinang ang naramdaman ko nang magtama ang aming paningin.

"Beautiful." Sambit niya. Ako kaya ang tinutukoy niya? Ayokong mag-assume dahil sa nangyari sa amin kanina.

"Thank you che." Paalam niya kay Che.

Nagulat ako ng ilahad niya ang kanyang kamay. Hindi ko akalain na may pagka-gentleman din pala siya o ngayong gabi lang. Kung alalayan niya ako ay para akong babasaging cristal.

Naramdaman ko na lang ang pagbilis ng tibok ng aking puso. Sa tuwing nakikita ko siya at naglalapit kaming dalawa nag-iiba ng ritmo ang puso ko hindi ko tuloy alam kong sa takot ba excitement o kung unti-unti na niyang nakukuha ang puso ko pero imposible yun. Dahil bukod sa hindi niya ako gusto dahil galing akong ampunan may Lalaine pa siyang hindi pa niya nakakalimutan.

Paglabas namin ng bahay ay inalalayan din niya ako sa pagsakay sa kotse. Saka siya tumabi sa akin sa likuran.

Pumasok naman yung driver at inumpisahan na niyang buksan ang makina.

"S-saan tayo?" Kinakabahang tanong ko.

"Malalaman mo din mamaya. Thank you dahil pumayag kang sumama." Sambit niya. Mas mahinahon ang boses niya ngayon kaya medyo nakahinga ako ng maluwag.

"Baka kasi magalit ka ulit sa akin." Tipid na sagot ko bago ako lumingon sa labas ng bintana. Nagbabadya ang ulan dahil sa lamig ng panahon at makulimlim din kanina.

"I'm sorry for what happen, kahit naman sinong lalaki magagalit kung ikukumpara mo sila sa karibal mo diba?" Wika niya na ikinagulat ko. Karibal? Kailan pa niya naging karibal si Mathew?

Naguguluhan na naman ako sa kanya. Para tuloy gusto kong pagsisihan ang pagsama ko.

Ilang minuto din ang lumipas nang lumiko sa isang malaking venue ang driver. Ipinarada niya ang kotse katabi ang iba pang mamahaling kotse. Lalo akong kinabahan nang makita ko ang ibang guest. Napaka galante din ng mga suot nila at ang gaganda.

Inalalayan niya akong makababa. Nahirapan akong dalhin ang stiletto shoes ko dahil hindi naman ako sanay sa ganitong klaseng sapatos. Iniligay niya ang kamay ko sa braso niya at dahan-dahan kaming lumakad patungo sa entrance.

Ngunit pag-akyat namin sa baitang ng hagdan ay sumabit ang gown ko sa takong ko kaya na-out of balance ako. Mabilis niya akong naikabig na kinagulat ko dahil yakap na niya ako. Kumabog lalo ang tibok ng puso ko nang magtama ang tingin naming dalawa. Naamoy ko rin ang mabango niyang hininga at nararamdam ko ang matigas niyang katawan dahil sa higpit ng yakap niya sa beywang ko.

"Careful." Bulong niya sa akin. Sobrang lapit ng mukha niya sa akin.

"Oy! Rafael ang ganda naman ng kasama mo ngayon. Ipakilala mo naman kami."

Sabay kaming lumingon ni Rafael sa nagsalita. Siguro kakilala sila ni Rafael or di kaya ay kaibigan. Nakita ko din na may maganda pa silang kasama na nakatingin lang kay Rafael.

Nakita ko na lang ang matalim na tingin ni Rafael sa kanya. Pero agad ding bumaling sa akin.

"I'd like you to meet my fiancé, Angela." Pakilala niya sa akin na ikinagulat ko.

"Fiancé? Are you serious Rafael?" Kunot noo na tanong ng lalaki.

"Angela, meet my friends. Inigo, Xandro, Fernan and Lalaine." Pakilala niya sa mga kaibigan niya. Sabay silang lumingon sa babaeng ipinakilala niyang Lalaine. At kung hindi ako nagkakamali siya ang babaeng hangang ngayon ay mahal pa rin ni Rafael.

"I'm sorry guys, maiwan ko muna kayo." Paalam ni Lalaine at mabilis itong lumayo sa amin. Sinundan din agad siya ni Fernan.

Bumaling ulit sa akin ang mga kaibigan niya. Ngunit ang mga mata niya ay nakasunod sa likuran ni Lalaine.

Napakaganda nga talaga niya. Hindi ako naniniwala kay cheche na mas maganda ako dahil kitang-kita ko kung gaano siya ka perpektong babae. Hindi na ako magtataka kung bakit mahal pa rin niya ito dahil pakiramdam ko ganun din ang babae sa kanya. Nakita ko ang lungkot sa mga mata niya habang tinitignan niya kami ni Rafael.

Akala ko hangang tanaw lang ang gagawin ni Rafael. Ngunit nagulat na lamang ako nang bigla niyang bitawan ang kamay ko at tumakbo patungo sa kinaroroonan ni Lalaine. Gustong mag-unahan ng mga luha ko pero pinigilan ko ang aking sarili.

Bakit ako iiyak? Hindi naman totoo ang lahat. Wala naman kaming relasyon.

"Are you okay? Babalik din yun baka mag-uusap lang sila matagal kasi silang hindi nagkita." Nakangiting wika ni Inigo.

"Oo nga Angela, pumasok na tayo sa loob mag-uumpisa na ang birthday ni Bernard."

Inalalayan nila akong maglakad pero lutang parin ako sa mga nangyayarikung pwede lang umuwi na lang gagawin ko kaya lang kailangan ko munang magsabi sa kay Rafael.

"Mauna na kayo, may kukunin lang ako sa kotse naiwan ko kasi yung purse ko." Nakangiting wika ko sa kanila. Tumango lang sila sa akin at ngumiti.

Nagtungo ako sa parking lot dahil naiwan ko talaga ang purse ko. Nakalimutan ko kasing bitbitin kanina dahil sa tindi ng kaba ko.

Pagkarating ko sa pinaradahan namin ay agad din akong pinagbuksan ng driver. Isasarado ko na sana ang pinto nang makita ko sa di kalayuan si Rafael. Habang nakasandal si Lalain sa kotse at para akong mauupos na kandila nang makita ko kung paano niya hinalikan si Lalaine.

Chapter 9

Angela's POV

Bago pa nila ako makita ay mabilis na akong umalis ayokong maka-agaw sa attensyon nilang dalawa habang pinagsasaluhan nila ang kasabikan sa isa't-isa. Siguro ito yung rason kaya niya ako sinama sa party na ito. Para pagselosin ang babaeng mahal niya.

Nagtagumpay naman siya dahil kahalikan na niya ang babaweng yun. And who knows kung hindi lang yun ang gawin nilang dalawa.

Parang gusto kong sawayin ang aking sarili. Dahil kahit wala naman kaming relasyon feeling ko nasasaktan ako. Hindi kaya dahil sa harap-harapan niyang tinatapakan ang pagkatao ko?

Inayos ko ang aking sarili at pumasok na ng entrance. Nakita ko agad ang mga kaibigan niya at kinawayan pa ko. Para lumapit ako sa kanila. Nahihiya man wala akong magawa dahil wala naman akong ibang kilala dito.

"Angela, akala ko hindi ka na babalik eh." Nakangiting wika ni Inigo. Ngiti lang ang tinugon ko sa kanya.

"By the way seryoso ba talaga si Rafael? Fiancé ka niya?" Kunot noo na tanong ni Xandro.

"Siya na lang po ang kausapin niyo tungkol sa bagay na iyan." Nahihiyang paliwanag ko. Ano pa nga ba ang isasagot ko?

Pinaupo nila ako sa harapang mesa. Nahihiya man wala naman akong magawa.

Maya-maya ay may gwapong lalaking nagtungo sa amin.

"Bro! Happy birthday!" Bati nila sa kanya. Ito pala ang tinutukoy nilang Bernard. Mukha siyang modelo sa isang business magazine. Bukod sa napakatangkad napakagwapo din nito. Nakaka-intemidate ang presensiya nito.

"Whoa! At kaninong date naman ang magandang babaeng ito? Pwede ko bang hiramin?"

Lumapit siya sa akin at hinalikan ang kamay ko na parang isang maginoo.

"Hi, I'm Bernard Castro. May I know you?" Magalang na tanong niya sa akin na ikinatawa nila Inigo at Xandro.

"Sorry ka Bernard, hindi mo siya mahihiram dahil fiance na siya ni Rafael." Wika ni Inigo.

Napatingin sa kanila si Bernard at waring hindi naniniwala.

"I thought kasama niyo si Lalaine? Kumusta na siya? Hindi ko akalain na magbabalik pa siya." Wika niya. Bago bitawan ang kamay ko.

"He's with Rafael, baka tinangay na niya si Lalaine."

"Fernan!" Saway ni Xandro.

Nagbingi-bingihan ako sa narinig. Naalala ko naman ang nangyari kanina. Kaya pilit ko na lang tinutuon ang sarili sa pag-inom ng tubig.

"Bakit? I'm just telling the truth. Baka nga sa mga oras na ito kung ano na ang ginagawa nila." Dagdag pa ni Fernan. Siya ang sumunod kay Lalaine kanina kaya siguradong alam niya ang mangyayari.

Tumayo ako at akmang aalis nang pigilan ako ni Bernard.

"Don't mind him. Baka nga papunta na din yun dito. Matagal kasi silang hindi nagkita." Paliwanag niya sa akin.

"Okay lang ako. Besides pwede naman siyang tumangi sa kasal namin at bumalik sa Ex niya." Sagot ko na ikinagulat nila.

"You mean hindi mo siya mahal? Okay lang sa'yo na hindi matuloy ang kasal niyo?" Tanong ni Bernard sa akin.

"Mahal? Ano yun? Hindi ko ugaling magmahal ng taong may mahal ding iba."

Kasinungalingan!

Nagtawanan sila dahil sa sinabi ko.

"Mukhang nagkamali kami sa pagjudge sa'yo ah?" Di makapaniwalang tanong ni Inigo. Nginitian ko lang sila pero ang totoo gusto ko ng umalis. Ayoko lang maramamdaman na pilit nilang sinasaksak sa utak ko ang tungkol kay Rafael at Lalaine.

"Kung ganun pala naman. Can I steal you from him? I want to dance with the most beautiful lady tonight."

Nakangiting wika ni Bernard. Inilihad niya ang kamay niya at hindi ko na tinangihan pa.

Lumawak ang ngiti niya nang tumayo ako. Mabilis niyang pina-ikot ang braso niya sa maliit kong beywang gusto ko man siyang tangihan nahiya naman ako dahil pinagtiyagaan na nila akong kausapin kahit hindi naman nila ako gaanong kilala.

"Hindi ako marunong sumayaw eh." Nahihiyang sabi ko sa kanya.

"Don't worry Angela kahit matigas ang katawan mo kayang-kaya ka niyang palambutin." Hirit ni Xandro.

Hindi ko gaano maintimdihan kung ano man yun pero wala na yun sa akin. Dahil intrumental naman ang tugtog.

Nasa gitna na kami ni Bernard. Ipinatong niya ang dalawang kamay ko sa balikat niya at nasa beywang ko naman ang dalawang braso niya. Hindi ko tuloy maiwasan na mahiya dahil nasa amin ang attensyon ng ibang naroroon kabilang na ang mga kaibigan nila Rafael.

"I can't believe na hindi ka naapektuhan sa sinasabi nila sa'yo. Knowing Rafael Valdez is one of the riches young bachelors not only here but also around Asia. In short maraming nagkakandarapa mapansin niya lang kaya lang masyado siyang loyal sa first love niya." Nakangiting wika niya sa akin.

"Pwede bang wag na natin siyang pag-usapan?" Kunot noo na tanong ko. Lumapad ang ngiti niya. Kaya mas na-ilang ako sa kanya. Mas gwapo kasi siya pag nakangiti at sobrang bango din niya.

"Of course! Total mas interesado ako sa'yo. Pwede ba akong manligaw?"

Nginisihan ko siya kaya kumunot ang noo niya.

"What's funny?"

"Wala Bernard, ganyan ba talaga kayong mayayaman? Akala niyo porke mataas ang kalagayan niyo sa buhay at perfecto din ang physical na anyo niyo ay madali lang sa ninyong mapapaniwala ang lahat ng ulo ng mga babae?" Nakangising tanong ko.

Natawa siya sa sinabi ko. Inililapit niya ang labi niya sa tenga ko. Kaya tumayo ang balahibo ko sa batok.

"So inaamin mong magandang lalaki ako?" Wika niya.

Sasagot na sana ako nang bigla kong makita ang madilim na mukha ni Rafael. Mabilis siyang lumakad papunta sa amin.

"Kanina pa kita hinahanap!" Bulalas niya sabay higit sa braso ko. Napangiwi ako sa mahigpit niyang hawak sa kamay ko. Pero pinigilan yun ni Bernard. Nagsilapitan din sila Inigo at Xandro.

"Bro, baka nakakalimutan mo nasa party tayo at birthday ko pa kung gusto mo siyang kausapin ay wag sa marahas na paraan." Paalala ni Bernard.

Naramdaman ko ang pagluwag ng hawak sa akin ni Rafael. Huminga siya ng malalim.

"Pasensya ka na. Pwede ko na bang bawiin ang Fiance ko?" May diin na salita niya. Pero malalim pa din ang tingin.

Binitawan niya ang kamay ni Rafael ay humarap sa akin.

"If something happens lumapit ka lang sa akin. I can save you from him." Sambit niya.

"F*ck you!" Sagot ni Rafael sabay higit ulit sa akin.

Chapter 10

Angela's POV

Habang papalabas kami ng venue ay lalong humihigpit ang hawak niya sa kamay ko. Di tuloy maiwasan ng ibang bisita na punahin kami dahil sa ginawa niya kay Bernard sa gitna ng dance floor.

"Rafael ano ba? Nasasaktan na ako!" Inis na singhal ko sa kanya. Nasa gilid na kami ng venue nang tumigil siya sa malaking hakbang niya. Kumirot na din ang paa ko dahil sa sapatos na suot ko. Bukod sa paltos sa sakong ko pati daliri ko sa paa ay namumula na din. Matalim niya akong tinignan na parang ang laki ng naging kasalanan ko sa kanya.

"Ano bang problema mo? Bakit nagagalit ka na naman!" Singhal ko sa kanya. Pinilit kong hilahin ang kamay ko. At hinarap ko ang matalim na titig niya.

"Tinatanong mo pa? Umalis lang ako sandali nakikipaglandian ka na? At sa mga kaibigan ko pa?" Galit na sigaw niya sa akin.

"Nakipaglandian? Nagsayaw lang kami sa gitna, landian agad ang tawag dun? Wow! Eh ano bang gusto mong gawin ko? Mag-intay sa entrance kung saan mo ko iniwan at antayin kung kailan kayo matatapos mag-sex!" Galit na singhal ko din sa kanya.

Lalong kumunot ang noo niya.

"What the hell Angela? Nag-usap lang kami ni Lalaine!" Katwiran niya na ikinatawa ko.

"Nag-usap? Iba na pala ang ibig sabihin ng nag-uusap ngayon halikan na?" Nang-uuyam kong tanong hindi ko na napigilan ang aking sarili kaya hinayaan ko na lang na lumabas yun sa aking bibig. Lumambot ang mukha niya hindi ata makapaniwala sa sinabi ko.

"You saw us kissing?" Kunot noo na tanong niya sa akin.

"Yes, hungrily and torridly! Ngayon sino ang malandi sa ating dalawa?" Naniningkit na tanong ko.

"Wag mong bigyan ng malisya yun dahil wala lang yun sa akin." Mahinahon na sambit niya.

"Wala lang? Pag ex, dapat ex na! Hindi na dapat binabalikan!" Inis na singhal ko sa kanya. I don't care kong nagiging OA na ako sa paningin niya. Gusto kong ilabas ang galit ko. Ang lakas ng loob niyang kaladkarin ako palabas wala naman akong ginagawang masama? Tapos siya kung makahalik sa ibang babae!

"We don't have proper break-up Angela! At wala din akong dapat ipaliwanag sayo dahil wala naman tayong relasyon!" Ganting sigaw niya sa akin.

"Huh? Alam mo pala eh! Bakit ka nagagalit na kausap ko yung mga kaibigan mo?"

"Damn it! Hindi mo kilala ang mga kaibigan ko Angela. Hindi mo alam kung ano ang kaya nilang gawin sa isang babaemg gusto nila." Paliwanag niya na ikinatawa ko.

"Alam mo? Hindi kita maintindihan. Bumalik ka na sa kanya kung hindi ka pa maka-move on and leave me alone!"

Kaagad akong naglakad palayo sa kanya ngunit nakakasampung hakbang pa lamang ako hinigit na naman niya ang braso ko.

"Ano ba!" Singhal ko sa kanya. Maaring ngang hindi ako kagaya ni Lalaine pero hindi ko ibaba pa ang sarili ko para sa kanya.

Sasagutin na sana niya ako ng bigla siyang tumigil at may nilingon sa likuran ko kaya lumingon din ako sa tinitignan niya. Nakita kong pasuray-suray si Lalaine palabas ng venue. Halos masubsub na ito sa paghakbang sa hagdan.

"Wag kang aalis dito ihahatid ko lang si Lalaine. Wala siyang sasakyan at lasing na siya. Naintindihan mo!"

Hindi na ako nakasagot pa dahil bigla na lamang niya akong iniwan. Kaagad siyang lumapit kay Lalaine at inalalayan ito sa kotse.

Hindi ako makapaniwalang iniwan na lang niya ako basta-basta. Mapait akong ngumiti. Hindi ko alam kung ano ang gumuguhit sa puso ko dahil sa nakikita ko at inaamin kong nasasaktan ako.

Sumandal ako sa dingding na semento.

Ako wag aalis at iintayin ko siya? Sira ulo! Akala mo ba ikaw lang may karapatang mang-iwan?

Naramdaman ko ang sakit ng mga paa ko at alam kong may paltos na rin ito. Dahan-dahan akong lumabas ng gate ng venue. Wala na rin naman akomg mukhang ihaharap sa loob kaya nagpasya akong maglakad sa labas. Maige na lamang at maraming ilaw sa poste bukod sa liwanag ng malaking buwan kaya kahit paano may tanglaw ako sa paglalakad. Malayo ang venue sa ibang establishment dahil paglabas ay puro puno ang kalsada. Siguro naman pagkalabas ko sa pinaka gate may makikita na akong taxi pa-uwi.

Hinubad ko ang stiletto shoes ko dahil hindi ko na talaga kaya. Binitbit ko na lamang.

Malayo-layo na rin ako sa gate ng venue ng biglang pumatak ang mahinang ulan.

"Ngayon mo pa talaga naisip na umulan? Wag mong sabihing dinadamayan mo ako?" Naiiyak na bulong ko. Kasabay noon ang tuluyang paglakas ng ulan. Pero wala akong paki-alam. Makalabas lang ako sa main gate ay okay na. Kaysa bumalik sa loob at antayin ang pagbabalik ni Rafael.

Hindi ko namamalayan na nag-iinit na pala ang aking mata at sumabay ang aking luha sa ulan na lumalandas sa aking mukha.

Wala na akong paki-alam kahit mabura pa ang make-up ko dahil ang gusto ko na lang makauwi at maka-usap si Lola.

Napatigil ako dahil sa liwanag na nagmumula sa ilaw ng sasakyan. Huminto ito sa tapat ko. Kaagad siyang bumaba at may binuksan na itim na payong.

"Angela? What the hell are you doing? Gusto mo bang magkasakit? Ihahatid na kita!" Wika niya sa malakas na boses dahil malakas na rin ang ulan at basang-basa na ako.

"Wag na Inigo, kaya ko naman umuwi mag-isa." Pagtanggi ko. Pinapayungan niya ako kaya nababasa na rin siya.

"Let's go! Hindi kita pwedeng iwan dito. Hindi mo kabisado ang lugar na ito. Maraming pumapasok sa lugar na ito na may hindi magandang gagawin. Ayaw mo naman sigurong pagfiestahan nag bangkay mo bukas ano?" Pagpilit niya sa akin. Hindi na ako sumagot pa dahil nakaramdam na rin ako ng takot sa sinabi niya. Kaagad niya akong inalalayan pasakay sa kotse.

"Ano bang nangyari? Bakit naglalakad ka sa ulan?" Kunot noo na tanong niya sa akin. Inabutan niya ako ng malaking towel na nakalagay sa malaking bag niya sa likod ginagamit daw niya yun pag may swiming lesson siya.

"Iniwan ako ni Rafael, inihatid niya si Lalaine." Walang emosyon na sagot ko. Pinagmasdan ko lang ang malakas na ulan na tumatama sa bintana ng kotse niya.

"Ayoko sanang maki-alam pero siguro naman nararamdaman mong may nararamdaman pa sila sa isa't-isa. I know your an innocent type of girl dahil yun ang mga gusto ni Rafael kaya niya minahal si Lalaine. Pero hindi niya kayang mawala ang babaeng naging dahilan ng pagsira niya sa sarili sa loob ng dalawang taon. Nakita namin kung paano siya parang masisiraan ng bait dahil sa pag-alis ni Lalaine at ngayong bumalik na siya. Sigurado akong mapapalitan ka niya ulit." Seryosong saad niya.

"Sa simula pa lang wala na ako sa puso niya Inigo. At kung bumalik man siya kay Lalaine mas mabuti para matahimik na rin ako." Sagot ko sa kanya.

Chapter 11

Rafael's POV

Lalaine is the reason kung bakit ko isinama si Angela sa party. Alam ko kasing dadalo ito sa birthday ni Bernard. Magkahalong emosyon ang naramdaman ko nang bigla na lamang siyang umalis matapos kong ipakilala si Angela. I saw pain in her eyes, kung nasasaktan ko siya at kung mahal pa rin niya ako bakit niya ako sinaktan?

Hindi ko alam ang mararamdaman ko. Ngunit nang sumunod sa kanya si Fernan ay nag-panick na ako. He is also my close friend kaya nag-paubaya siya sa akin kay Lalaine. Sabay kaming nanligaw ni Fernan sa kanya pero ako ang sinagot niya. Sa selos na naramdaman ko ay natagpuan ko na lamang ang sarili kong hinahabol ang babaeng nang-iwan sa akin.

Natagpuan ko siyang umiiyak habang yakap ni Fernan kaya hinablot ko siya mula sa kanya. Galit na iniwan kami ni Fernan sa parking lot.

"Is it true? Na ikakasal na kayo ng babaeng yun?" Umiiyak na tanong niya sa akin.

"Yes." Sambit ko.

"Ito na siguro ang karma ko dahil sa pag-iwan ko sayo Rafael. Sana maging masaya kayong dalawa." Sagot niya sa akin sa pagitan ng paghikbi.

F*ck! I saw her crying in front of me and I can't believe na dahil iyon sa kin. Ano ang dapat kong gawin?

"Don't worry Rafael, hahayaan na kita. Babalik na rin naman ako ng America in two weeks from now, kaya hindi na rin tayo magkikita pa." Wika niya na ikina-bigla ko. Babalik siya sa America? Iiwan niya ako ulit?! Aalis na sana siya nang bigla kong hawakan ang kamay niya.

"Iiwan mo ulit ako?" Mahinang sambit ko. Bumalik sa alala ko ang nangyari sa akin noong iniwan niya ako. Tinitigan ko siya. Medyo pumayat siya at wala na rin ang mahaba niyang buhok but still she's the girl I wanted to marry. Gustuhin ko mang itanong kung bakit niya ako iniwan natatakot ako sa magiging sagot niya.

"I still love you… and I want you back." Paos na wika niya sa akin. Hindi ko na napigilan ang sarili ko. Mabilis ko siyang kinabig para yakapin. I kissed her like there's no tomorrow. But suddenly Angela's beautiful face flashes into my mind. I stop myself and look at her.

"I kissed you, but you don't deserve my forgiveness." Seryosong wika ko sabay alis sa harapan niya. Wala akong paki-alam kung ano ang iniisip niya. Kapag iniwan niya akong muli hindi ko na siya babalikan pa. I've had enough. I have to move on and be with Angela.

Hinanap ko siya sa labas ng venue, pero hindi ko siya makita. Galit na tinungo ko ang loob kung saan dinaraos ang birthday ni Bernard one of my friend. Umigting ang panga ko nang makita kong siyang nakikipag-ngitian sa kaibigan ko. Ngiting ngayon ko lamang nakita simula nang makilala ko siya.

Damn! She's so gorgeous. Nang makita ko siyang bumaba sa hagdan kanina nakaramdam ako ng kakaiba sa aking puso. Kahit wala siyang make-up ay maganda na siya. Lalo pang tumingkad ang ganda niya dahil sa nilagay ni cheche at dahil na rin sa suot niyang damit. I can't even look straight to her eyes. She's really beautiful even her whole body makes me wanted to claim her. Pero may pumipigil sa akin.

Nang makita kong para na siyang hahalikan ni Bernard ay kumilos na ako sa kinatatayuan ko. She's mine!

Nagulat siya nang makita niya ako. Kaagad kong hinigit ang braso niya ngunit pinigilan ako ni Bernard. Pinaalala niya sa akin na nasa Birthday party niya kami at huwag akong gumawa ng eksena. Pinigilan ko ang aking sarili. Kahit gustong-gusto ko na siyang agawin mula sa pagkakahawak niya.

"If something happens lumapit ka lang sa akin. I can save you from him." Wika ni Bernard na ikina-inis ko who the hell he is para sabihin yun kay Angela! I want to punch her but I saw a lot of people looking at us. But still hinila ko parin si Angela palabas.

Nang makalabas na kami I started confronting her. But she denied it. Pero nang sinabi niya sa akin na nakita niya kaming naghalikan ni Lalaine I stop nagging her. Bigla akong natauhan sa sinabi niya. But how could I stop myself from thinking and loving Lalaine?

Habang nagtatalo kami I saw Lalaine. She's drunk! Kaagad akong lumapit sa kanya at iniwan ko si Angela.

"What the hell? Bakit ka uminom? Niyakap niya ako hangang sa tuluyan na siyang mawalan ng malay. Kaagad ko siyang inuwi sa condo niya. Dito ako umuuwi noong iwan niya ako. We have a lot of memories here that's why I wanted to be here when I feel drowning from pain.

Ibinaba ko na siya sa kama. Umuungol pa rin siya dahil sa kalasingan. Tinangal ko ang sapatos niya at kinumutan ko siya. Pinagmasdan ko ang mganda niyang mukha habang naka-upo sa gilid ng kama.

"Bakit mo ako iniwan Lalaine? Why did you choose to break my heart instead of marrying me? Do I really not worthy enough to be your husband? I can love you forever! I love you! I still love you." Sambit ko.

Dahan-dahan siyang nagmulat ng mata. We are both starring each other. Then I saw teardrops from her eyes falling from the side of her face.

"Rafael...." Sambit niya.

"Kahit ano pang dahilan ng pag-iwan mo sa akin. Hindi yun magiging sapat sa sakit na naramdaman ko nang iwan mo ako Lalaine. You ruined me! You make me lost and empty you make me feel stupid from waiting for you everyday...You hurt me like hell! How could you? Going back here and said you still love me?"

"I'm sorry. If I could turn back time. I will still choose to leave you Rafael....."

Chapter 12

Rafael's POV

Paulit-ulit na nagrerewind sa utak ko ang sinabi niya. Matagal bago nag-proseso sa akin. Kung hindi pa siya nakatulog hindi ko pa marerealize ang sinabi niya.

"I'm sorry. If I could turn back time. I will still choose to leave you Rafael....."

Nang dahil sa sinabi niya ay natagpuan ko na lang ang sariling binabaybay ang labas ng condo niya. Napatigil ako sa labas ng pintuan niya, sumandal ako sa pader at hinawakan ko ang aking dibdib. Masakit marinig yun mismo sa kanya, pakiramdam ko ay hindi ako makahinga. Kung may mas sasakit pa sa lahat ng sinabi niya ay ito yun.

Balewala ang sakit na pinagdaanan ko sa nakalipas na dalawang taon dahil kaya niya parin akong iwanan at saktan.

Damn her!

Laglag ang balikat na tinungo ko ang parking lot. Kaagad kong inutusan ang driver na ibalik ako sa venue. Mabuti na lamang at naalala ko pa din si Angela. Sobrang dami ng gumugulo sa isip ko. Hindi ko alam kung anong gagawin ko kay Lalaine kung hahayaan ko na lang ba siyang umalis muli. At kung tuluyan ko ng palalayain ang aking sarili. Ilang minuto din ang binaybay namin. Malakas na rin ang buhos ng ulan.

Pagkarating ko sa venue ay nag-uwian na pala ang mga bisita dahil maghahating gabi na rin. Pero kasalukuyan parin na naglilinis ang mga tauhan sa Venue. Kahit anino ni Angela ay hindi ko makita. Nakaramdam tuloy ako ng pagka-konsensya dahil sa pag-iwan ko sa kanya gayong ako ang nagsama sa kanya dito. Hindi ko na mahagilap si Angela. Nagbakasakali akong nakauwi na siya. Kaya kaagad akong tumawag sa bahay.

"Hello? Nakauwi na ba si Angela?" Tanong ko sa sumagot ng telepono sa bahay.

"Yes sir, hinatid po ng kaibigan niyo. Basang-basa po siya sir at nanginginig." Sambit niya.

"What? Sinong kaibigan? Bakit siya basa?" Kunot noo na tanong ko.

"Si Sir Inigo po, nabasa po kasi siya ng ulan. Pinagluto na lang po namin ng arrozcaldo para mainitan ang tiyan bago uminom ng gamot." Sagot niya.

May sakit si Angela?

Kaagad kong pinatay ang phone at inutusan ang driver na ihatid na ako sa mansyon. Sinubukan ko din tawagan si Inigo. Kaka-ring pa lang ay sinagot na niya ito.

"What happen to Angela? Manang told me ikaw daw ang naghatid sa kanya at basang-basa daw siya. What did you do to her?" Seryosong tanong ko. Narinig ko ang palatak niya sa kabilang linya.

"Damn it Inigo!" Sigaw ko sa kabilang linya.

"Easy Bro! Masyado kang hot. Tapos na ba ang session niyo ni Lalaine kaya naalala mong may magandang babae ka palang iniwan sa venue? Lumabas siyang mag-isa sa venue at naglakad sa ulan. Mabuti na lamang at nagpasya na kong umuwi dahil na-bored na ako sa party ni Bernard at gusto ko sanang mag-club. Kaya lang mas worth-it yung babaeng hinatid ko."

"Damn you! She's my fiancé!" Galit na sigaw ko sa kanya.

"How about Lalaine? Hahayaan mo na lang ba siyang iwan ka ulit? Baka mabaliw ka na ng tuluyan niyan? Mabuti pang ipaubaya mo na sa akin si Angela. I like her. Napaka genuine niyang babae I think virgin pa rin siya dahil hindi mo naman siya pag-aaksahan ng panahon kung hindi diba? But sorry to tell you bro. Wala siyang kahit kaunting interest sayo. Hahhaha!"

"Gag*! Stay away from her! Wag mo siyang isali sa mga collection mo Ramirez!"

Sa galit ko ay hindi ko na inintay ang sagot niya. Binalibag ko ang cellphone ko sa kotse. Napakuyom ako ng kamao. Lalong nag-init ang ulo ko sa sinabi niya. Babaero si Inigo kaya alam kong hindi makakabuti ang pagdikit niya kay Angela. Madali nitong nakukuha ang babae gamit ang matamis niyang salita.

"Don't mind me. Just drive faster." Utos ko sa driver dahil panay siya lingon sa reviewer mirror. Nagulat siguro siya sa ginawa ko.

Ilang minuto lang ang nakalipas nang makarating na ako sa bahay. Kaagad akong umakyat sa taas. Pinuntahan ko muna si Lola pero tulog na ito. Kaya dumiretso na ako sa kwarto namin.

Pagbukas ko ng pinto ay nakita kong nakahiga si Angela sa kama. Nakatalikod ito sa pinto. Nakahinga ako ng maluwag dahil nakita ko na siya. Dahan-dahan akong lumapit sa kanya. Hinipo ko ang noo niya dahil sabi ni Manang may lagnat daw ito. Nasa noo niya ang palad ko nang magmulat ang mga mata niya.

"Anong ginagawa mo?" Gulat na wika niya sa akin. Para siyang napaso bigla sa hawak ko at kaagad siyang lumayo.

"Sabi sa akin ni Manang may lagnat ka daw? Kumusta na ang pakiramdam mo?" Nag-alalang tanong ko sa kanya.

"Okay lang ako." Sagot niya. Sabay talikod sa akin, humarap siya sa kabilang bahagi ng kama kaya nagtungo ako sa kabila.

"Anong sinabi mo kay Inigo? May ginawa ba siya sayo?"

Nakita ko ang pagsilay sa labi niya. Ngiti na hindi masaya kundi nang-uuyam na ngiti habang nakatingin sa akin.

"Sinabi ko lang ang totoo sa kanya. At kung may ginawa man kami hindi mo ako madadatnan ditong natutulog sa kama mo." Sarcastic na sagot niya sa akin. Umigting ang panga ko sa sagot niya. Pero pinigilan ko ang sarili ko dahil alam kong ako ang may kasalanan kung bakit siya umalis sa venue ng mag-isa.

"Magpahinga ka na bukas na tayo mag-usap." Seryosong sabi ko sa kanya.

"Ano naman pag-uusapan natin Rafael? Hindi na matutuloy ang kasal natin dahil babalikan mo na si Lalaine? Ang babaeng mahal mo? Walang problema yun sa akin. Ipinagdasal ko na rin yun para makabalik na ako sa ampunan. At sa dati kong buhay." Sagot niya.

"Sabik na sabik ka na talagang maka-uwi ano? Siguro dahil namimiss mo na ang lalaki mo? Sorry to disappoint you pero hindi yun ang pag-uusapan natin." Nakangisi kong sagot na ikina-kunot ng noo niya.

"Kung hindi, ano yun?"

"We will get married in one week sa ayaw at sa gusto mo."

Chapter 13

Angela's POV

Tinanaw ko ang pinto kung saan siya lumabas matapos niyang sabihin sa akin na magpapakasal na kami pagkatapos ng isang linggo. Hindi ako makapaniwala na yun ang maririnig ko mula sa kanya. Dahil iba ang inasahan ko sa nangyari, akala ko babalikan na niya si Lalaine. Pero bakit sasabihin niya sa akin na magpapakasal kami? Ganun ba talaga ka-laki ang galit niya sa akin kaya niya ako pinahihirapan ng ganito? O baka naman hangang ngayon ay naghihiganti parin siya kay Lalaine dahil sa pag-iwan nito sa kanya? Hindi ko alam ang sagot sa tanong ko pero isa lang ang alam ko kung meron mang laman ang puso niya hindi ako yun.

Iniwan niya ako sa kwarto ng mag-isa. Hindi ko alam kung saan siya nagpunta. Siguro para umiwas na rin na magtalo pa kaming dalawa. Alam naman kasi niyang ayoko ng manatili pa rito at mas gusto kong bumalik na sa bahay ampunan. Nagdesisyon ako na bukas na bukas rin pupuntahan ko sila Lola para kausapin siya ng masinsinan. Ayokong maging proyekto ni Rafael para saktan ang babaeng mahal niya. Hindi ako makakapayag na gamitin niya ako.

Hindi!

Sa sobrang pagod ay iginupo na rin ako ng antok. Kinabukasan ay nagising na lamang ako ng may maramdaman akong umupo sa tabi ko. Nabungaran ko agad ang nakangiting si Rafael.

"Good morning mahal, ipinagdala kita ng almusal pati na rin gamot. Kumusta na ang pakiramdam mo?" Nakangiting tanong niya sa akin. Dahan-dahan akong umupo at lumayo ako sa kanya. Inipod ko ang sarili sa gilid ng kama at kunot noo ko siyang tinignan.

"Hindi ako naniniwala sa masamang espirito. Pero dahil sa narinig ko mula sa'yo ngayon lang naniniwala na ako." Masamang tingin ang ipinukol ko sa kanya. Narinig ko pa ang paghagikhik niya na ngayon ko lamang nakita.

"Ganon ba talaga ako kalupit sayo para sabihin mo ako ng ganyan? Simula ngayon mag-umpisa na tayong muli. Kalimutan na natin ang mga masamang nangyari Mahal." Nakangiting wika niya sa akin. Pakiramdam ko ay nagtayuan ang lahat ng balahibo ko sa sinabi niya. Pati na rin sa paraan ng pag tingin at ngiti niya sa akin. Hindi ako komportable.

"Mahal? Tinawag mo akong mahal? Ano bang nakain mo kagabi at masyado naman atang maganda ang gising mo para kausapin mo ako na parang walang nangyari?" Kunot noo kong tanong sa kanya. Akala niya siguro porke galing ako sa bahay ampunan ay madali niyang mabibilog ang ulo ko. Lumapit siya sa akin at umupo sa tabi ko. Iiwas sana ako pero pinigilan niya ako. Kaya sobrang lapit na namin sa isa't-isa.

"Kung hindi ako umalis dito kagabi sigurado akong may makakain talaga ako. Pero pinigilan ko ang sarili ko kaya sa guest room na lamang ako natulog. At saka masama bang maglambing sa Fiancé ko?"

Hindi ko maintindihan ang tinutukoy niya pero kinikilabutan talaga ako. Bakit ganun? Kakaiba ang ngiti na nakikita ko sa mga mata niya? Hinipan ba siya ng masamang hangin? O talagang magaling lang siyang magpanggap para makuha ang loob ko at magbago ang isip ko. No! Hindi! Angela gumising ka imposibleng wala siyang pakay sayo! May binabalak siya!

"Kay Lalaine ka maglambing Rafael, wag sa akin. Tigilan mo ang ginagawa mong ito dahil hindi ako komportable. Isipin ko pa lang kung paano kayo naghalikan kagabi at ang paghatid mo sa kanya pauwi ay naninindig na ang balahibo ko, tapos tatawagin mo akong mahal? Magpatingin ka na baka may sakit ka na sa pag-iisip." Seryosong saad ko binawi ko ang kamay ko at tumayo na ako sa kama pero hindi pa ako nakakalayo nang bigla na naman niya akong hilahin. Kaya napa-upo ako sa kandungan niya. Inikot niya ang kanyang matipunong braso sa beywang ko. Nagulat ako nang maramdaman ang matigas na bagay na na-upuan ko. Narinig ko din ang impit na ungol niya at ang pagsinghot niya sa akin.

"You just wake up the monster in me." Paos na bulong niya sa pagitan ng leeg ko. Kinilabutan ako at hindi pamilyar na kaba ang naramdaman ko. Na-realize ko kung ano ang matigas na bagay na yun kaya nanlaki ang mga mata ko. Kaagad akong tumayo at mabilis ko siyang sinampal.

"Bastos!" Sigaw ko.

Tumawa lang siya sa akin na parang nakakaloko habang hawak niya parin ang pisngi niya. Namula yun pero hindi man lang niya ininda sigurado akong malakas yun. Pakiramdam ko ay nagkukulay kamatis na ang mukha ko dahil ramdam ko pa din sa pang-upo ko ang katigasan niya. Manipis at mahabang pantulog lang kasi ang suot ko pero may suot parin akong bra at cycling kaya ramdam na ramdam ko ang bagay na yun. Nakita ko na yun at hindi ako makapaniwalang malaki talaga yun. First time kong makakita nang ganun kaya nakakatakot! Iisipin ko pa lang natatakot na ako!

"Bastos? Wala pa akong ginagawa Mahal natatakot kana? Don't worry sa oras na mangyari ulit yun sa atin I'll be gentle promise." Natatawang wika niya sa akin na lalong ikinainit ng mukha ko. Palagay ko ay hinuhubaran na niya ako ng tingin nakakapaso. Parang tumatagos na suot kong pantulog ang mga tingin niya. Nagsalubong ang kilay ko sa sinabi niya.

"Bweset ka! Bastos ka! Kung inaakala mong kaladkarin akong babae at mabilis na bibigay sa'yo manigas ka!" Singhal ko sa kanya. Mabait akong tao pero sa mabait lang din sa akin. Hindi ako magpapabilog sa kanya gayong alam ko kung sino talaga ang mahal niya!

"Hindi yun ang iniisip ko mahal. Na prove ko na din na virgin ka pa kaya I will claimed every inch of you." Nakangising niyang wika. Hindi ko na kinaya ang kabastusan ng bibig niya susugurin ko na sana siya nang biglang bumukas ang pinto. Bumungad sa amin ang nakangiting mukha ni Lola.

"Ang aga niyo naman magharutan. Mamaya na yan maghanda na kayo at darating na ang wedding coordinator na mag-aayos sa kasal niyo next month." Wika ni Lola na lalong ikinagulat ko.

"Lola....pwede po ba tayong mag-usap?" Nagmamakaawang tanong ko sa kanya.

Hindi pwede ito! Hindi ako maaring matali sa isang relasyon na gaya nito at sisira sa katinuan ko!

Inunahan akong makalapit ni Rafael sa kanya. Kaya napatigil ako sa paghakbang.

"Grandma, ayoko ng engrandeng wedding masyadong matagal ang preparation noon. At sigurado akong ayaw din yun ng mahal ko. I want to marry her next week as soon as possible." Nakangiting wika niya na nagpatakas ng kaluluwa sa katawan ko.

Paano ako aatras kong pinagtutulungan na nila akong dalawa?! Kailangan ko na ba talagang tangapina ng kapalaran kong maging asawa niya lang sa papel at kahit kailan hindi ko maangkin ang puso niya?

Chapter 14

Angela's POV

Nakalabas na ng kwarto si Lola pero nakatayo parin ako sa likod ni Rafael. Mukhang hindi ko na talaga matatakasan ang sitwasyon ko ngayon.

"Mahal, mabuti pang kumain ka muna. Pagkatapos maligo ka narin para pagdating ng coordinator mamaya mapag-usapan natin ang kasal natin next-week." Nakangiting wika ni Rafael.

Papalabas na siya ng kwarto pero pinigilan ko ang braso niya. Kaya lumingon siya sa akin. Pinagmasdan ko ang abuhin niyang mga mata. Wala naman sa mukha nito na nagbibiro lang ito. Hindi ko na nakikita ang galit niya sa akin. Mula nang dumating ako sa mansyon nila. Bakit? Anong nagpabago sa kanya? Totoo ba talagang gusto niyang maikasal kami? Paano si Lalaine?

"Bakit? May kailangan kaba?" Tanong niya sa akin. Humarap pa siya para makita ang expresyon ko. Yumuko ako sa kanya upang hindi niya makita ang nagbabadyang luha ko sa mata.

"Please, kung wala ka namang pagtingin sa akin. Pwede bang kausapin mo na lang si Lola? Ikaw lang ang may kakayahang pumigil sa kasal natin, dahil kusa akong sumama dito. Alam ko hindi naman ako ang totoong mahal mo bakit hindi na lang si Lalaine ang pakasalan mo? Bakit kailangan mo pa akong gamitin para lang saktan siya?"

Naramdaman ko nalang ang luhang pumatak sa pisngi ko. Wala na akong choice kundi magmakaawa sa kanya. Hinawakan niya ang pisngi ko at pinahid niya ang luha na bumabagsak sa mga mata ko.

"Pakakasalan ba kita kung wala akong pagtingin sayo? Trust me mahal."

Napapikit ang mga mata ko nang lumapit ang mukha niya sa akin. Naramdaman ko na lang ang paglapat ng labi niya sa labi ko. Kumabog na naman ang dibdib ko dahil sa ginawa niya. Kahit segundo lang ang tinagal ng halik na yun ay sapat na sa akin para mabuhay ang kakaibang pakiramdam na ngayon ko lang naramdaman.

"Magkita na lang tayo mamaya. Baka hindi pa ako makapagpigil gawin kitang almusal." Nakakalokong ngiti ang sumilay sa kanyang labi bago niya ako bitawan. Pagkatapos ay lumabas na rin siya sa kwarto. Hinawakan ko ang labi ko. Bakit ganun? Wala man lang akong naramdamang pagtutol sa aking. Parang gusto ko pa ang ginawa niya sa akin? Hindi kaya mahal ko na rin siya?

Hindi! Hindi!

Hindi mo pwedeng mahalin ang isang taong halos isang linggo mo pa lamang na nakakasama! Kaagad kong sinaway ang aking sarili. Naisip ko naman tuloy si Lalaine. Habang nandito siya sa tabi ko, may ibang babae naman na nasasaktan ng dahil sa akin. At ayoko sa pakiramdam na yun. Ayokong mang-agaw ng lalaking hindi naman para sa akin. Kilala ko ang sarili ko pero bakit ganun? Pagdating sa kanya nawawala na ako sa katinuan at may sariling isip na rin ang aking katawan?

Bago pa ako magkaroon ng ugat sa kinatatayuan ko ay kumain na ako ng almusal na dala niya. Kahit simple lang yun, pero dahil siya ang nagdala at naghanda hindi ko maiwasan ang makaramdam ng especial. Natatakot na ako. Habang tumatagal parang nagkakaroon na ako ng attachment sa kanya. Sa mga kilos niya, sa hindi normal na trato niya at sa pagtawag niya sa akin ng mahal. Parang gusto ko nalang tuloy ihiling na sana totoo ang lahat ng pinapakita niya sa akin. Na talagang bukal sa loob ang pagtangap niya sa akin. Dahil natatakot akong masaktan. Baka hindi ko siya mapatawad. Kaya iningatan ko ang puso ko dahil ayokong masaktan. Kahit nga si Mathew hindi ko binigyan ng pagkakataon. Kundi kaibigan lang dahil ayokong hindi maging maganda ang relasyon namin kung susubukan niyang ligawan ako.

Pagkatapos kong kumain ay tumuloy na ako sa banyo upang maligo. Hinayaan ko munang ibabad ang katawan ko sa amoy rose petal warm bath sa malaking bath tub. Kailangan kong pag-isipan ng mabuti ang gagawin ko.

Makalipas ang ilang minuto ay nagbihis na rin ako. Simpleng dress na kulay itim lang ang suot ko. Lagpas tuhod ito at may maliit na mangas medyo malalim lang ang likod pero komportable namin ako. Nagsuot ako ng flat slippers na kulay pink may balahibo pa ito kaya super cute na gawing pambahay. Inilugay ko lang ang mahaba kong buhok. At naglagay lang ako ng simpleng pulbos at manipis na lip gloss para hindi naman ako putla at magkaroon ng moist ang labi ko.

"Ma—"

Bulalas ni Rafael hindi na niya naituloy ang sasabihin niya nang magtama na agad ang mata namin. Kaagad siyang lumapit sa akin at hinapit ang beywang ko. Parang kidlat na ang natandaan ko na lang mabilis na paghalik niya ng magaan sa labi ko.

"Let's go." Nakangiting wika niya. Kinuha niya ang kamay ko at mahigpit niyang hinawakan. Wala pa rin ako sa sarili habang bumaba na kami ng hagdan. Hindi ko alam kung ano ba ang dapat kong maramdaman. Ganito ba ang feeling ng kinikilig? Yung parang naginginig ang himaymay ng katawan mo? Habang hila-hila ka ng napaka gwapong nilalang na ngayon mo lang nakilala at after one week magiging asawa mo na? Hindi ko napansin na nakangiti na pala akong nakatingin sa kanya.

"Are you okay? Wag kang kabahan ako na ang bahala sa magiging kasal natin. Kahit simple lang yun sisiguraduhin kong magiging unforgettable moments nating dalawa yun. Kinilig na naman ako! Hindi maari toh! Ayaw kong umasa! Pilit kong sinasaway ang puso ko pero ayaw naman ng puso kong sumunod. Pagbaba namin ay nakita ko ang isang magandang babae katabi niya si Lola.

"Maupo kayo mga apo, siya si Miss. Andrada. Ang wedding coordinator niyo. Mga malalaking client's ang wedding na inaayos niya kaya sigurado ako na kahit simple lang ang magiging kasal ninyo at magiging maganda naman yun." Nakangiting wika ni Lola. Pinisil ni Rafael ang kamay ko na hangang ngayon ay hawak pa rin niya.

"Don't worry Mr. Valdez and Ms. Valdez ako na po ang bahala sa preperation ng lahat ang kailangan niyo na lamang gawin ay pumunta sa mga appointments na ipapadala ko tru e-mail. Bukas din pwede na kayong pumili ng wedding gowns and suits para sa isusuot niyo sa kasal." Paliwang niya.

Nilingon ako ni Rafael. "Ano bang gusto mo mahal? Pwede kang mag-suggest ng kahit ano kay Ms. Andrada." Wika niya na ikinagulat ko. Nakita ko ang genuine na ngiti ni Lola. Sobrang saya siguro niya dahil nakikita niyang magkasundo kaming dalawa. Baka iniisip na niyang may nangyari na sa amin.

"Ikaw na ang bahala Rafael, saka may tiwala naman ako kay Ms. Andrada." Nakangiting sagot ko habang nakatingin sa coordinator. Wala pa siguro siyang asawa. Mas makinis at mas maganda pa ata siya sa akin eh. Ang haba pa ng legs niya at bagay na bagay ang corporate attire niya sa itsura niya. Pati posture niya ay napaka elegante din. Hindi na ako magtataka na professional siya.

"Okay wala na tayong problema. Ikaw na ang bahala. Ms. Andrada. Bibigay ko na lamang ang business e-mail ko sa inyo." Wika ni Rafael. Tumayo na rin siya at nagpaalam. Hinatid pa namin siya sa labas. Nagpaalam na rin si Lola na aakyat muna sa kwarto niya. Paglabas ng sasakyan ni Ms. Andrada ay saka ako humarap kay Rafael.

"Bakit gusto mo ng mabilisang kasal? One week agad? Imposible namang atat ka ng makasal sa akin Rafael?" Kunot noo na tanong ko. Ngumiti siya sa akin.

"I told you, trust me." Wika niya na lalong nagpakunot ng noo ko.

"Senyorita, may bisita po kayo." Sabi ng guard na lumapit sa amin.

"Sino po?" Tanong ko. Natanaw ko ang paglapit niya sa kinaroroonan namin.

"Mathew?"

Chapter 15

Angela's POV

Nagulat ako nang makita ko si Mathew. Hindi ko akalain na pupunta pa talaga siya dito para puntahan ako. Bigla tuloy akong kinabahan dahil sa kanya. Ayokong magalit siya sa akin ng tuluyan. Pero wala naman akong magagawa dahil nandito na ako. Naramdaman ko ang paghawak ng mahigpit ni Rafael sa kamay ko. Hinapit niya rin ang beywang ko kaya magkadikit lang ang katawan namin. Doon nakatingin si Mathew habang papalapit sa akin.

"Mathew, anong ginagawa mo dito?" Tanong ko. Naawa ako sa itsura niya. Malalim ang mga eye bag niya at magulo din ang buhok niya. He looked wasted. Nakonsensya ako dahil sa kanya. Tinangka kong bumitaw kay Rafael ngunit mas humigpit ang hawak niya sa kamay ko.

"Pwede ba tayong mag-usap?" Mahinahon na tanong niya.

"No, wala na kayong dapat pag-usapan pa. We will get married next week kaya kung ano man ang sasabihin mo. Sabihin mo na ngayon tapos umalis ka na." Walang emosyon na wika ni Rafael. Sinamaan ko siya ng tingin pero hindi siya nagpatinag.

"Rafael, kakausapin ko lang siya sandali." Wika ko.

"I said no diba? Mas madali niyang matatangap kung ngayon pa lang alam na niyang wala kayong pag-asa. Ayokong makagulo pa siya sa isip mo." Paliwanag niya.

"Angela please, mag-usap tayo. Pagkatapos tahimik akong aalis." Sambit niya naawa ako dahil nagmamakaawa na siyang kausapin ako samantalang ako ang may kasalanan kung bakit siya nagkakaganito.

"Rafael kahit sandali lang gusto ko lang magpa-alam sa best friend ko. Please, pagkatapos papasok na ako sa loob. Sige na pumayag ka na."

Kunot noo niya akong tinignan. "Best friend? Hindi yun ang nakikita ko. Pero dahil nakikiusap ka at huling beses na siyang pupunta dito papayag ako dahil sayo. Sampung minuto, kapag hindi ka parin pumapasok sa bahay ay lalabas na ako dito." Wika niya.

Naramdaman ko ang pagluwag ng braso niya sa beywang ko at ang pagbitaw niya sa kamay ko.

"Salamat Rafael." Sambit ko bago niya kami talikuran. Nagtungo ako sa hardin at nakasunod lang siya sa akin.

"Angela, alam ko kinokontrol ka lang ng mga tao dito. Bumalik ka na sa ampunan. Bumalik ka na sa akin." Nangingilid ang luha niya.

"I'm sorry hindi ko din inaasahan ang mga nangyari Mathew. Pero hindi na ako pwedeng umatras. Malaki ang utang na loob ko kay Lola. Isa pa next week na ang kasal namin. Hindi rin nila ako papayagan kahit bumalik ako sa ampunan." Naiiyak na sabi ko sa kanya. Nasasaktan ako dahil ramdam ko ang pangungulila niya sa akin.

"Mahal mo ba siya?"

Naumid ang dila ko dahil sa tanong niya. Hindi ko alam kung ano ang sasabihin ko. Pag sinabi kong hindi, tutol naman ang puso ko at baka maging dahilan pa yun para bigyan ko siya ng pag-asa.

"Mathew, hindi na yun importante."

"Hindi importante? Magpapakasal ka sa lalaking hindi mo mahal?"

"Mathew hindi ganun ang ibig kong sabi—"

"Ako mahal mo ba ako?" Putol niya sa sasabihin ko.

"Oo pe—"

"Sumama ka na sa akin. Babayaran ko ang utang na loob mo sa pamilyang ito basta bumalik lang ulit tayo sa dati. Diba sabi mo sabay tayong tutuparin ang mga pangarap nating dalawa?"

Alam kong mayaman ang pamilya ni Mathew pero hindi ko akalain na gagamitin niya yun para lang pabalikin ako.

"Mathew, I'm sorry." Hindi ko na napigilan ang luha ko. Labis akong naawa sa kanya pero naiipit na ako sa sitwasyon ko. Hindi basta-basta ang pinasok ko kaya sigurado akong hindi rin ako basta na lamang makakalabas dito. Nagulat na lamang ako nang lumuhod siya sa harapan ko. Kaya kaagad ko siyang hinawakan sa kamay para itayo.

"Mathew, pleas ewag ka namang ganyan. Lalo mo lamang akong pinahihirapan eh." Humikbi siya sa harapan ko kaya niyakap ko na lang siya dahil alam kong kelangan niya yun. Tumayo kami at inilayo niya ako.

"Mahal na mahal kita." Paos na wika niya. Nagulat na lamang ako ng bigla niya akong kabigin at halikan. Madiin ang halik na ginawad niya sa akin. Naramdaman ko pa ang pagalaw ng labi niya sa akin. Bago ko pa siya maitulak ay may kamay na na humawak sa akin palayo sa kanya kasabay ang pagbagsak niya sa lupa.

"Hay*p ka! Ang sabi mo kakausapin mo lang ang fiancé ko tapos hahalikan mo pala!" Galit na sigaw ni Rafael.

"Tama na!"

Nakita ko ang pumutok na labi ni Mathew dahil sa suntok niya. Pero bumangon din ito kaagad.

"Kawawa naman si Angela. Dahil sa utang na loob napilitang magpakasal sa gurang na gaya mo!" Sigaw ni Mathew na lalong nagpaigting ng panga ni Rafael. Susuntukin na niya sana uli ito. Pero humarang na ako. Alam kong sa tinding palang ni Rafael ay wala ng laban si Mathew. At hindi ko hahayaang masaktan siya ng lubusan.

"Tama na Mathew, please umuwi ka na." Pagmamakaawang wika ko. Umiling si Mathew at pinahid ang luha niya.

"Diba sabi mo hindi mo siya mahal? Ako ang mahal mo? Bakit kailangan mong ipambayad ang sarili mo? Kaya kong bayaran ang utang mo sa kanila at pagtrabahuhan yun habang buhay pero ang isuko ka sa kanila hindi ko kaya Angela. Please sumama ka na sa akin. Mas magiging masaya ka sa akin." Nanlulumong paliwanag niya. Kung si Rafael ang pipiliin ko magiging masaya din ba ako?

Muli kong nilingon si Rafael at nag-aapoy na ang matang nakatingin sa aming dalawa.

"Kung pinagmamalaki mo yung pipitsugin mong negosyo. Isang pitik ko lang ng daliri ko walang kahirap-hirap kong gagawin yun at kapag hindi ka parin aalis dito. Mapipilitan akong ipadampot ka sa pulis!" Galit na sigaw ni Rafael. Nang makalapit na ang ibang security ay dinampot nila si Mathew. Naawa ako sa kanya panay sigaw niya sa pangalan ko at nagpupumilit na makawala. Habang ako naman ay umiiyak na hila-hila ni Rafael papasok sa loob ng bahay.

Nang makarating na kami sa kwarto ay parang unan nalang niya akong hinagis sa malambot na kama. Umiyak lang ako ng umiyak. Sabunot niya ang kanyang buhok at masamang tinignan ako.

"Please Rafael, wag mong gagawin yun sa kanya. Maawa ka sa kaibigan ko." Humihikbing pakiusap ko. Lumapit siya sa akin at galit na tinitigan ako.

"Kaibigan?! May kaibigan bang naghahalikan? Kung hindi pa ako dumating baka hindi lang yun ang inabutan ko!" Galit na sigaw niya sa kin.

"Tapos sasabihin mo pa sa kanyang siya ang ang mahal mo at hindi ako? Angela gumising ka! kusa kang sumama kay Grandma para magpakasal sa akin. Tapos ngayon na pumapayag na ako saka ka pa nagdadalawang isip at gutso mong sumama sa kanya? Are you playing with me! Kung gusto mo ng laro pwes! Pagbibigyan kita!"

Mabilis ang naging pagkilos niya kaagad niya akong hiniga at pumatong siya sa akin.

"Rafael wag!" Sigaw ko. Marahas niyang tinaas ang bistida ng damit ko at hinablot ang manipis na underwear ko. Habang patuloy sa marahas na pagpisil ng dibdib ko ang mga labi naman niya ay kumakagat at sumisipsip sa leeg ko at parang vampirang uhaw sa dugo.

Nagpatuloy ako sa pagpiglas sa ilalim niya pero hindi ko man lang magawang maitulak siya. Naramdaman ko na lang na pinaghiwalay na niya ang dalawa kong hita.

"Rafael! Please wag naman!" Umiiyak na pigil ko sa kanya pero hindi niya ako pinakikingan at nagpatuloy sa marahas niyang galaw. Nanghina na ako hindi ko na kaya pang pigilan siya nanlambot ang katawan kong tumigil sa pagtulak sa kanya.

"Sige, gawin mo ang gusto...Pero pagkatapos mo hayaan mo akong sumama kay Mathew." Nanginginig ang mga labi ko. Dahil sa takot at galit na nararamdaman ko. Saka ko palang naramdaman ang pagtigil niya.

"Pipigilan ko ang sarili ko hindi dahil sa banta mo. Kundi dahil ayokong mas lumayo ang loob mo sa akin. Matutuloy ang kasal natin sa ayaw at sa gusto mo pag dumating ang araw na yun. Hindi ko na hahayaang pigilan mo ko. At simula ngayon, wag na wag mo ng kakausapin o lalapitan ang lalaking yun. Alam mo ang kaya kong gawin Angela."

Chapter 16

Rafael's POV

"Rafael, mabuti naman at nakarating ka dito? Balita ko ay masyado kang abala nitong mga nakaraang araw?" Tanong ni Bernard nandito kami sa suit niya sa isang five star hotel. Tinawagan niya kasi ako. Pumunta na lang ako dito kaysa makitang malungkot si Angela.

Hindi ko akalain na sa maiksing panahon nagkaroon ng malaki ang epekto niya sa akin. Kaya hindi ako papayag na bumalik pa siya sa Mathew na yun!

"Kumusta naman ang magandang Fiance mo? Pwede ba kaming dumalaw sa inyo para makita sa Grandma?" Nakangising tanong ni Inigo. Akala niya siguro nakalimutan ko na ang huling pag-uusap namin.

"Si Grandma ba talaga ang gusto mong makita? O baka naman gusto mong sulutin si Angela?" Sabat naman ni Bernard. Nagsalin ako ng alak sa baso at iniwasang sumagot. Inubos ko muna ang laman.

"We're getting married in one week." Seryosong wika ko. Nakita ko ang gulat sa mukha nila.

"Serious bro?" Tanong ni Xandro.

"Paano si Lalaine?" Sabat naman ni Fernan na masama ang tingin sa akin.

"I don't care about her. And besides aalis na ulit siya." Walang emosyon na sagot ko.

"Damn it Rafael! Aalis siya dahil ayaw mo na sa kanya! Pero kung babalikan mo siya ulit ang kalimutan ang galit na nasa puso mo magiging masaya kayo gaya ng dati!" Galit na singhal ni Fernan. Masyado siyang apektado dahil pareho naming gusto si Lalaine noon at kababata niya ito.

"Kalimutan? Naiintindihan mo ba ang sinasabi mo Fernan? Saksi ka kung paano ako masiraan ng ulo nang iwan niya ako! So what the hell! Anong gusto mong gawin ko? Balikan siya na parang walang nangyari!?"

"Tama na yan!" Saway ni Bernard kulang nalang magsuntukan kami dahil sa galit na nararamdaman namin.

"Kung gusto mo ikaw na lang ang magpakasal sa babaeng yun! Tignan lang natin kung makakain ka pa pagkatapos ka niyang pagkatapos ka niyang iwan! At wala na rin akong paki-alam sa kanya! Kahit lumuha pa siya ng dugo sa harapan ko hindi ko siya mapapatawad!"

"Gag* ka!"

Isang malakas na suntok sa mukha ang binigay sa akin ni Fernan. Pinahid ko ang dugo sa gilid ng aking labi sabay harang nila Bernard, Inigo at Xandro.

"Tama na yan! Hindi ko kayo pinapunta dito para magaway!" Singhal ni Bernard.

"Tandaan mo to Rafael! You don't deserve to know the truth and you don't deserve her either!"

"I don't care about that damn truth! Fernan! She leave me with no regret! At sinabi niya yun sa pagmumukha ko. What do you want me to do? Crawl and beg for her?! Hell no! I'd rather to be with Angela kaysa sa walang kwentang babaeng yun!"

Hindi ko na napigilan ang sarili ko. "Bawiin mo ang sinabi mo! Wala kang alam sa pinagdaanan niya!" Galit na sigaw ni Fernan.

"T-tama na Fern."

Napalingon kami sa pinangalingan ng boses.

"La-laine…" Sambit ni Fernan. Naitulos ako sa kinatatayuan ko. Nakita ko ang masagang luha sa kanyang pisngi. Sigurado akong narinig niya ang lahat ng sinabi ko. Nabaling ang tingin niya sa akin at nakatitigan kaming dalawa.

"Tama lang ang sinabi mo na wala akong kwentang babae. Don't worry ito na rin ang huli nating pagkikita." Paos na boses niya bago niya ako tinalikuran.

"Lalaine!" Tawag ni Fernan. Matalim niya akong tinignan.

"I hope you won't regret this." Madiin na wika niya bago tuluyang sundan si Lalaine.

Napasabunot ako sa sarili. Hindi ko akalain na kaya kong sabihin ang lahat ng yun. Napabuntong hininga na lamang ang tatlo dahil sa eksena namin. Hindi ko kayang habulin siya parang napako ang aking mga paa.

"Bro, magiging maayos din ang lahat. Pero kung ako sayo, kung mahal mo pa si Lalaine. Wag ka ng magpakasal kay Angela. Parehas mo lang silang masasaktan." Pangaral ni Xandro. Hindi ko din alam. I know mahal ko parin si Lalaine dahil naapektuhan parin ako at nasasaktan. But I would not give up Angela.

"Pag-isipan mo Rafael, kahit ano pa ang maging desisyon mo nasa iyo yan." Seryosong wika ni Inigo.

Natagpuan ko na lang ang sarili kong umiinom sa club pagkatapos ng nangyari kanina. Hindi na ako nagpasama sa kanila dahil sigurado akong mambabae lang naman sila dito at gusto ko din mag-isa. Magulo na ang utak ko, gustuhin ko man na puntahan si Lalaine naduduwag ako. Pakiramdam ko kinakain na ako ng pride at ego ko. Marami-rami na rin ang nainom ko nang magpasya akong umuwi. Maghahating gabi na siguro nang makarating ako sa bahay. Kaagad akong pumasok sa kwarto namin.

Nakita ko si Angela na mahimbing na natutulog habang nakatalikod sa gawi ko. Nakababa din ang kumot sa hita niya kaya labas na agad ang makinis niyang legs. Napalunok ako, ilang beses akong nagtiis para lang hindi ko siya tuluyang maangkin dahil hindi pa ako sigurado sa nararamdaman ko. Pero hindi pwedeng palagi niya na lang akong pipigilan. I'll make sure na pagkatapos ng kasal namin ay hindi na ako papayag na pigilan pa niya ako. Kusa siyang sumama dito kaya dapat handa na siyang gawin yun para sa akin.

Dahan-dahan kong ni-locked ang pinto at naghubad na rin ako ng damit. Dumiretso ako sa banyo dahil alam kong naliligo na ako sa amoy ng alak at mga usok mula sa bar. Ayoko naman na magising siya dahil sa masangsang kong amoy. Wala pang kalahating oras ay tapos na rin ako. Paglabas ko ay nakaboxer short na lamang ako.

Napabaling ulit ang tingin ko kay Angela. Pumaling kasi siya sa kabilang bed. Kaya natangal ng tuluyan ang kumot na nagtatakip sa kanyang katawan.

Damn! Hangang kailan ko ba kayang magpigil? Hindi ko na ata mahihintay pa ang kasal namin!

Lumapit ako sa kama at nahiga sa tabi niya. Inabot ko rin ang kumot para itakip sa kalahati ng kanyang katawan. Hindi man kasing perfecto ni Lalaine. Kakaiba parin ang ganda ni Angela. She's like an Angel to me.

Napatitig ako sa kanyang mukha mula sa mapipilantik niyang pilik matangos na ilong at natural na mapulang labi. Kakaiba din ang kanyang amoy gusto ko palagi ko yung naamoy araw-araw.

Dahan-dahan na nagmulat ang mga mata niya.

"Galit ka pa ba sa akin?" Kunot noo na tanong niya.

"No, wag nating pag-usapan pa yun." Mahinang sagot ko.

Hinapit ko ay beywang niya at hinalikan ko siya sa noo.

"Just promise me, you won't leave me Angela."

Tango lang ang sagot niya. Ikinulong ko siya sa mga bisig ko hangang tuluyan na rin akong iginupo ng antok.

Chapter 17

Rafael's POV

Naging mabilis ang mga araw at preperasyon ng kasal. Masyado kaming naging abala ni Angela halos araw-araw ay magkasama kaming dalawa. Hindi ko alam kong bakit naging magaan narin ang pakikitungo namin sa isa't-isa o talagang tanggap na niya na hindi na siya pwedeng umatras pa. Bukas na ang kasal naming dalawa at garden wedding ang napili naming setting. Malapit na kaibigan at kamag-anak lang ang inimbitahan namin. Natuwa si Angela dahil inimbita ni Grandma ang lahat bata sa ampunan. Ipapasundo na lamang namin sila.

Tinawagan ko rin sila Inigo, Bernard, Xandro at Fernan. Ngunit tanging si Fernan lang hindi makakapunta. Siguro masama pa rin ang loob niya sa akin.

Nakatitig ako kay Angela at Grandma masaya silang nag-uusap habang inaayos ang magiging set-up ng garden bukas. Malawak naman kasi ang likuran ng mansyon at kaya umukupa ng tatlong daan na katao.

Lalapit na sana ako sa kanila nang biglang tumunog ang phone ko.

Unknown number?

"Hello?"

"Rafael."

"Anong kailangan mo Lalaine?" Kunot noong tanong ko.

"Pwede ba tayong magkita ngayon? Hihintayin kita sa resort kung saan kita sinagot. Gusto ko sanang magkaroon tayo ng closure bago ka ikasal bukas." Paki-usap niya. Naramdaman ko ang lungkot sa boses niya.

"Closure? Bakit pa? Diba aalis ka na rin naman makalipas ang dalawang linggo?"

"Please Rafael, maghihintay ako." Sambit niya. Magsasalita pa sana ako pero pinatay na niya agad ang tawag. Ni hindi man lang niya ako pinigilan na magpakasal at ang gusto ay magkaroon pa kami ng closure? Manigas siya! Kung paano niya ako iniwan noon ipaparanas ko din yun sa kanya ngayon.

"Rafael!" Tawag ni Grandma. Pinatay ko ang phone at agad na lumapit sa kanya.

"Bukas na ang kasal niyo ni Angela. Excited na akong magkaroon ng Apo." Nakangiting wika ni Grandma. Nakita ko naman ang pagpula ng pisngi ni Angela. Kahit magkasama kaming natutulog sa isang kama ay ramdam ko pa rin ang pagkailang niya. Minsan tuloy naiisip ko na baka nagpapangap lang siyang masaya pag nandyan si Lola. Pero may parte pa rin sa isip ko na gustong maniwala na okay na kami. Dahil sa kanya hindi ko na naiisip ang sakit na nararamdam ko kay Lalaine. Malaki ang naitulong ng presensya niya kaya, kahit paano ay nababawasan ang sakit na nararamdaman ko.

"Wag kayong mag-alala Lola, sa unang gabi pa lamang ng honeymoon namin ay gagawa na agad ako ng tagapagmana." Nakangiting sagot ko na lalong ikinapula ng pisngi niya at ikinatuwa naman ni Lola.

"Narinig mo ba yun, Angela?" Baling ni Grandma sa kanya.

"Lola masyado pa po akong bata. Saka may isang taon pa akong bubunuin para makapagtapos ng college." Nahihiyang sagot niya.

"Ano ka ba naman apo? Pwede ka naman bumalik sa pag-aaral kahit dala mo ang magiging anak niyo. At isa pa hindi mo na kailangan dahil kayang-kaya naman kayong buhayin ni Rafael." Paliwanag ni Grandma. Saka ko pa lamang naisip na talagang totoong magiging asawa ko na siya. Matapos ng pag-uusap namin ay nagpa-alam na rin siya dahil aayusin daw niya ang mga damit na pinamili nila Grandma kanina na susuotin niya sa honeymoon namin sa labas ng bansa. Regalo din yun ni Grandma kaya hindi na ako tumanggi pa. Maya-maya pa ay umakyat na rin ako sa kwarto. Naabutan ko siyang inaayos ang isang pamilyar na box. Napaangat ang tingin niya sa akin.

"Bakit hawak mo yan?" Kunot noo na tanong ko.

"Pasensya ka na nahulog kasi sa cabinet kaya inayos ko muna."

Kaagad kong kinuha ang box na naglalaman ng ala-ala namin ni Lalaine.

"Ilalagay ko na ito sa bodega, para maisama sa ipapatapon." Sambit ko. Tatalikod na sana ako nang tawagin niya ako.

"Rafael, mahal mo pa ba siya?" Tanong niya na ikinalingon ko.

"Kailangan ko pa bang sagutin ang tanong mo? Hindi pa ba sapat na magpapakasal na tayo bukas?" Kunot noong baling ko sa kanya.

"Naisip ko lang napakadami niyo sigurong pinagdaanan. Hindi ba sapat yung mga magagandang memories niyong dalawa para mapatawad mo siya?"

Napatitig ako sa kanya pero umiwas din ako dahil nakita ko pa ang isang larawan na nakapatong sa kama namin. Kinuha ko yun. Kuha namin sa resort kung saan niya ko sinagot matapos ang isang taon kong pagsuyo sa kanya. Napakasaya namin noong araw na yun. Lalo na ako. Sumigaw pa ako sa sobrang saya dahil sa wakas sinagot na ako ng babaeng pinangakuan ko ng pagmamahal na panghabang buhay. Kaagad pumasok sa isip ko ang pagtawag niya sa akin kanina. Sabi niya maghihintay siya sa akin. Binalingan ko si Angela na nag-hihintay ng sagot ko.

"Paano ko mapapatawad ang isang taong ni hindi man lang nagsisi nang iwan niya ako?" Malungkot na sambit ko. Bago ko siya muling talikuran. Kaagad akong nagtungo sa basement para ilagay ang mga ala-ala namin ni Lalaine.

"I'm sorry Lalaine. I love you but I need to move on."

Malungkot na iniwanan ko ang mga alaala namin at paglabas ko ay bumalik na ako sa kwarto para yayain ko siyang sabay na kming magdinner. Naabutan ko siyang hawak ang phone ko. Naiwan ko pala yun sa ibabaw ng kabinet niya.

"Sinong kausap mo? Bakit hawak mo ang phone ko?" Kunot noo na tanong ko. Siguro ay nakita na rin niya ang wall paper ko sa phone na mukha naming dalawa ni Lalaine. Hindi ko pa kasi nabubura yun pero balak ko narin tangalin lahat ng picture namin doon.

"Kanina pa kasi may tumatawag sa'yo kaya ako na ang sumagot."

Lumapit ako sa kanya at inabot niya ang phone.

"Hello?"

"Pumunta ka ngayon din sa ospital!" Singhal ni Fernan.

"Bakit? Sino nasa Hospital?" Kunot noo na tanong ko.

"Si Lalaine! Diba magkikita kayo sa resort? Nawalan siya ng malay at nandito siya sa hospital!" Sigaw niya. Napatingin ako kay Angela. Nag-iintay din siguro siya ng sagot ko.

"Ikaw na ang bahala sa kanya. I need to rest bukas na ang kasal namin." Walang emosyon na sagot ko. Narinig ko pa ang pagsigaw niya sa kabilang linya pero pinatay ko na ang phone.

"Rafael....Bakit hindi mo siya puntahan?" Mahinahon na tanong ni Angela. Pakiramdam ko tuloy gustong-gusto niya akong umalis sa tabi niya at piliin si Lalaine.

"No, ayokong magkaroon pa ako ng dahilan para balikan siya. Ayoko nang makarinig ng tungkol sa kanya kaya wag mo na rin pang ipilit siya sa akin."

"Pero Rafael... she need you." Sambit niya.

"I don't care. Kumain na lamang tayo para maagang makapagpahinga. I'm sure mapapagod tayo bukas."

Chapter 18

Angela's POV

Ito na ang araw na magiging isa na akong ganap na Valdez. May bahay ni Rafael Valdez. Sa sobrang bilis ng pangyayari ay hindi pa rin ako makapaniwalang ikakasal na ako. At hindi ko na ito matatakasan pa. Kahit mahirap unti-unti ko na rin tinangap ang lahat.

Abala ang lahat ng tao sa mansyon sa magaganap na kasalan namin ni Rafael. Kaya maaga din kaming gumising at maghanda. Napakaganda ng set-up ang ginawa nila sa malawak na garden dito sa mansyon. Combinasyon ng red at white flowers ang nagsilbing palamuti sa bawat sulok ng garden. Maaliwalas din ang panahon. Mataas ang araw pero hindi mainit sa balat dahil ber months na.

Kasalukuyan kong pinagmamasdan ang aking sarili sa harapan ng malaking salamin. Isang simpleng off shoulder mermaid lace ang suot kong wedding gown na kita ang buong likod. Si Lola ang pumili nito para sa akin dahil bagay na bagay daw sa kurba ng katawan ko. Si cheche naman ang nag-ayos ng nude bridal make-up ko. At waterfall hair braid naman sa buhok ko. Mabuti naman at maiksi lang ang takong ng sapatos ko hindi ako mahihirapan maglakad mamaya.

Hindi pa kami nagkikita ni Rafael mula kaninang umaga after namin mag breakfast. Hindi ko rin alam kong nasan ba siya. Alas-dyes mag-uumpisa ang kasal namin. May sampong minuto pa bago ako tawagin dito sa kwarto. Nang pumasok si Mother Evette at Sister Sandy. Nakita ko ang pangingilid ng kanilang mga luha. Nang makita nila ako. At ganun din naman ako sa kanila.

"Ang ganda mo Angela."

"Salamat po Mother Evette, and sister Sandy dahil nakapunta kayo ngayong araw."

"Wag ka ng umiyak, baka masira ang make-up mo." Naiiyak na wika ni Sister Sandy.

"Namiss ko kasi kayo." Sambit ko.

"Ikaw din namiss namin lalo ng mga bata. Kaya tuwang-tuwa sila dahil sinama namin sila dito at nangako na hindi mangugulo." Nakangiting wika ni Mother Evette. Masaya ako dahil kahit paano ay binigyan sila ng halaga ni Lola dahil alam niyang malaki ang parte sila ng buhay ko.

Kung talagang ito ang tadhana ko kailangan kong tangapin dahil hindi naman ito ibibigay ni god kung hindi ko ito kakayanin.

"Angela, pinapabigay ni Mathew." Wika ni Sister Sandy sabay abot ng isang sobre. "Ano po ito?" Kunot noo na tanong ko. Dahan-dahan kong binuksan ang sobre. At nakita ko ang nakatuping sulat.

"Sana maging masaya ka sa naging desisyon mo. At kung sakali man na gusto mong bumalik

*nandito pa rin ako para sayo mahal kita....
Angela..." -Mathew...*

Nangilid ang mga luha ko dahil sa sulat niya. Kahit ako hindi rin sigurado pero nandito na ako at sabi nga ni Rafael. Magtiwala ako sa kanya.

Maya-maya ay nagpaalam na rin sila sa akin. Kaya napag-isa na naman ako sa aming kwarto. Mabuti na lamang at rush wedding ang ginawa namin dahil ayoko din kung sakaling marami press ang kukuha ng litrato ayokong pag-usapan ako dahil asawa ako ng isang successful business man. Hindi ko kinakahiya kung saan ako nangaling ayoko lang madawit ang ampunan ng dahil sa akin.

"Be! Pinapatawag ka na sa baba mag-uumpisa na daw ang kasal niyo ni Papa Rafael!" Excited na wika ni CheChe. Nakangiti akong sumunod sa kanya.

Kinakabahan ako parang may naguunahang daga sa aking dibdib. Pakiramdam ko lalabas na ang puso ko sa kaba.

Here we stand today
Like we always dreamed
Starting out our live together
Light is in your eyes
Love is in our hearts
I can't believe you really mine forever Been
rehearsin' for this moment all my life
So don't act surprise
If the feelings start to carry me away On this day
I promise forever
On this day

I surrender my heart
Here I stand, take my hand
And I will honor every word that I say
On this day

Sinalubong ako ni Lola at Mother Evette sila kasi ang maghahatid sa akin sa altar. Nang mag-umpisa na ang entourage ay lalo na akong nanginig sa kaba.

"Apo, okay ka lang ba?" Tanong ni Lola. Tumango ako. Naramdaman niya siguro ang panginginig ng Kamay ko. Malayo pa lang tanaw ko na si Rafael. Lalo akong kinabahan sa pagtitig niya sa akin. Nakatayo sa likuran niya ang tatlo niyang kaibigan.

"Not so long ago
This earth was just a field
Of cold and lonely space
Without you
Now everything's alight
Now everything's revealed
And the story of my life
Is all about you

So if you feel the cold winds
Blowing through your nights
I will shelter you
I'm forever here to chase your fears away

Hindi ko mapigilang hindi maging emosyonal. Paano ba naman kasi pati mga bata nakatunghay sa akin at nakangiti lalo akong napaiyak nang dumaan ako kay Sister Sandy.

On this day
I promise forever

On this day
I surrender my heart
Here I stand, take my hand
And I will honor every word I say
On this day

Nang makalapit na ako kay Rafael ay kaagad siyang humalik sa pisngi ni Lola at Mother Evette.

Nakangiting kinuha ni Rafael ang kamay ko. At inalalayan akong makaupo. Hindi ko alam kung tunay ba ang nakikita ko sa kanyang mga mata at kung totoo nga yun. Sana nga. Dahil ayoko mang aminin masaya din ako.

Wala pang kalahating oras ay tapos na rin ang misa. Hindi ko na rin namalayan dahil umaapaw ang nararamdaman ko. Halo-halong emosyon. Nagpalitan kami ng pangako at singsing na tanda ng pag-iisang dibdib naming dalawa.

"From the power vested in me, I pronounce you as husband and wife. You may kiss your bride. Umugong ang palakpakan sa hardin kasabay ng pagharap namin ni Rafael sa isa't-isa. Isang ngiti ang ginawad ni Rafael bago niya inilapita ang mukha niya sa akin. Napapikit ako nang maramdaman ang mainit at malambot niyang labi.

Nagpalakpakan ang lahat ng naging saksi sa pag-iisang dibdib naming dalawa. Lumapit din sila sa amin upang batiin kami hindi nakaligtas sa mga mata ko ang pasimpleng pagngiti sa akin ng mga kaibigan niya.

Pagkatapos namin magsubuan ng cake at uminom ng wine ay pinakawalan naman namin ang maraming paro-

paro. Hindi ko alam kung para saan yun pero napakaganda nilang pagmasdan.

Napakasarap din ng pagkain na hinain sa amin at sa mga bisita. Hindi ko alam kung simple parin bang maituturing ang kasal namin dahil sa tingin ko milyon ang nagastos namin sa kasal.

"Are you happy?" Nakangiting tanong ni Rafael. Nasa gitna kami ng dance floor at sweet na nagsasayaw. Ngumiti ako sa kanya bilang pagtugon.

"Ikaw? Masaya ka ba?" Tanong ko.

"Youre so Beautiful." Sambit niya habang nakatitig sa akin.

"Thank you Rafael." Nakangiti kong sagot nasa ganun kaming posisyon nang lumapit sa kanya si Xandro.

"Bro, I know this is not the right time pero kailangan mong puntahan si Lalaine." Wika niya na nagpabura ng ngiti naming dalawa.

"Pati ba naman ikaw?" Kunot noo na tanong ni Rafael. Lumapit na rin ang dalawa sa amin.

"L-lalaine is dying... She had cancer...."

Naramdaman ko ang unti-unting pagbitaw ni Rafael sa kamay ko. Matapos niyang marinig yun kay Inigo. Sobrang bilis ng pangyayari namalayan ko na lamang ang pagtakbo ni Rafael palayo sa akin.

"Rafael........"

Nanlambot ang mga tuhod ko dahil sa ginawa niya. Basta na lamang niya ako iniwan. Mabuti na lamang at sinalo ako ni Bernard at Inigo.

Chapter 19

Angela's POV

Isang oras na ang nakalipas mula nang umalis si Rafael. Galit parin si Lola kahit alam niya ang dahilan ng pag-alis niya. Ipinaliwanag ni Bernard ang lahat kung bakit siya umalis. Hindi ko alam kung ano ang dapat kong maramdaman. May karapatan ba akong masaktan? Nasa bingit ng kamatayan ang dati niyang kasintahan. Ang babaeng mahal niya. Nakita ko sa mga larawan kung gaano nila kamahal ang isa't-isa. Ayaw man niyang ipakita sa kin, nararamdaman ko ang sakit na nararamdaman niya. Mahal pa rin niya si Lalaine at ako ay pantapal lang sa sugat na iiwan niya kay Rafael. Hindi ko akalain na sa maganda niyang mukha ay nagtatago ang matinding karamdaman.

"She had Cancer! She's dying!"

Paulit-ulit na lumarawan sa akin ang mukha ni Rafael nang sabihin yun ni Xandro. Tinakasan ng kulay ang kanyang mukha sa sinabi nito. Napanuod ko din ang video na nakuha daw ni Fernan sa cellphone ni Lalaine. Sa likod ng mga ngiti niya sa video ay hindi mo maaninag sa kanya ang pag-aalala na hindi niya malampasan ang pagsubok. Sadya sigurong may mga taong malakas ang loob kahit na mabigat ang pagsubok na kakaharapin nila.

Imbis na magalit sa pag-iwan ni Rafael sa akin ay mas iniintindi ko siya. Alam ko, yun ang kailangan niya ngayon. Alam ko nasasaktan siya ngayon. Alam ko nahihirapan siya ngayon. Wala akong magawa para maibsan ang nararamdaman niya.

Unti-unting sumilay ang mapait na ngiti sa aking labi. Kanina ko pa gustong ilabas ang nagbabadyang luha sa aking mga mata pero inalala ko si Lola ayokong lalo siyang magalit kay Rafael dahil sa pag-iwan sa akin. Katwiran niya kahit pa pumunta si Rafael hindi rin naman niya mapapagaling ito. Kaya siya na lang ang humarap sa ibang bisita at umakyat na rin ako sa taas upang magbihis ng comfortableng damit. Pagkatapos kong magbihis ay nakarinig ako ng mahinang katok. Bumungad sa akin ang nag-aalalang mukha ni sister Sandy.

"Okay ka na ba?"

Dahan-dahan ako tumango at ngumiti. Pero imbis na makuntento sa sagot ko ay lumapit siya sa akin at niyakap ako ng mahigpit.

"Hindi ko alam ang dahilan ng pag-alis ng asawa mo. Pero kung ano man ang naging problema niyong dalawa. Ipagdarasal ko na maging maayos din ang lahat." Sambit niya. Kinagat ko ang ibabang labi at pinilit na hindi tuluyang maiyak. Ayokong pag-aalalahanin sila sa pinili kong landas.

"S-salamat." Paos na sagot ko.

"Aalis na kami. Wag mong kalimutan na dumalaw sa bahay ampunan." Naiiyak na sabi niya. Sunod-sunod akong tumango. Pilit na nilalabanan ang lungkot ng pag-alis nila. Bumaba ako upang magpaalam sa kanila. Nauna na kasing umalis ang iba pang bisita maliban kay Bernard at Inigo. Nagpaalam na rin si Mother Evette na mahigpit lang akong niyakap. Kahit hindi siya magsalita alam kong nag-aalala din siya para sa akin.

"Wag po kayong mag-alala kaya ko po ito." Nakangiting sambit ko bago maghiwalay ang mahigpit naming yakap. Nakasakay sila sa isang minibus na pagmamay-ari nila Lola. Isa-isang nagpaalam sa akin ang kasama nilang mga bata na may ngiti sa labi. Kumaway silang lahat sa akin sa bintana bago umalis ang bus. Nangingilid ang mga luhang pinahid ko bago pa maglandas sa aking mukha. Hindi ko namalayan na nakatayo na pala sa likuran ko ang dalawang kaibigan ni Rafael.

"Okay ka lang ba?" Tanong ni Inigo.

"Oo naman," Kunwari'y sagot ko.

"Kanina ko pa kinokontact si Rafael pero nakapatay na ata ang phone niya." Wika naman ni Bernard.

"Wag kayong mag-alala naintindihan ko siya." Sambit ko.

"Wag mo sana siyang sukuan Angela. Hindi ko alam kung gaano kalalim ang pagmamahal niya kay Lalaine pero sapat na ang nakita namin kanina nang iwan ka niya. Sana intindihin mo pa rin siya."

Tanging ngiti ang naging tugon ko sa sinabi ni Inigo. Pagkatapos nilang umalis ay umakyat na rin ako at nagkulong sa kwarto naming dalawa. Nagpahinga na rin si Lola at hindi na nag-dinner tumaas daw ang presyon sabi ng private nurse niya. Gusto ko sana siyang puntahan at kausapin pero alam kong hindi rin yun makakabuti. Nagpasya na lamang akong mapag-isa. Kinuha ko ang phone ko at tatawagan ko sana si Rafael. Gusto ko sanang kumustahin kong anong lagay ni Lalaine. Kaya lang bigla kong naisip na baka makadagdag pa sa isipin niya ang pag-iwan niya sa akin. Nahiga na lamang ako sa kama. Wala na rin akong ganang kumain pa dahil hinihila na rin ako ng antok. Nagising ako dahil sa kaluskus na narinig ko sa loob ng kwarto. Napaupo ako nang makita ko si Rafael.

"Rafael…"

Nag-angat siya ng tingin nakita ko ang pagod at pamumula ng kanyang mga mata. Nag-aayos siya ng bagahe sa maleta. Basta na lamang niya pinaglalagay ang mga yun na parang nagmamadali.

"Saan ka pupunta?" Mahinahon na tanong ko sa kanya.

"Susundan ko si Lalaine, nasa Amerika na siya. She need me Angela." Paos na sabi niya sa akin at pinagpatuloy niya ang pag-iimpake. Parang may mahaba at matalas na kutsilyong bumaon sa puso ko. Magsasalita pa sana ako pero nagmamadali na siyang mag-impake. Ni hindi man lang niya ako tinapunan ulit ng tingin.

"Mag-ingat ka." Sambit ko. Nang matapos na siyang mag-impake. Tumayo siya at binitbit niya ang maleta…Tumigil siya sa tapat ng pinto at nilingon ako.

"I'm sorry…." Sambit niya bago tuluyang lumabas. Nag-umpisang mag-unahan ang luhang kanina ko pa pinipigilan. Bakit ako nasasaktan? Bakit? Mahal ko na ba talaga siya? Bakit parang ayaw kong umalis siya? Pinahid ko ang luha sa mga mata ko. Natagpuan ko na lang ang sarili kong bumababa sa mahabang hagdan upang habulin si Rafael. Nakita ko siyang papasakay na sa kotse.

"Rafael!"

Tumingin siya sa akin. Humakbang ako palapit sa kanya. Kahit hindi ako sigurado sa sasabihin niya.

"Kailan ka babalik?" Tanong ko. Gusto ko siyang yakapin pero hindi ko kaya.

"Hindi ko alam. I'm sorry I have to go."

Pagkatapos niyang sabihin yun ay sumakay na siya sa kotse. Narinig ko pa ang pag-utos niya sa driver na pupunta sila sa airport. Gustong tumiklop ng mga binti ko habang tinatanaw ang papalayong kotse ni Rafael. Napakapit ako sa poste na nasa harapan ng bahay. Hindi ko na pinigilan ang paglandas ng aking mga luha.

Rafael......

Chapter 20

Rafael's POV

Nang makarating ako sa condo ni Lalaine matapos kong umalis sa reception ng kasal namin ni Angela. Ay nadatnan kong nakaupo si Xandro sa sofa. Balisa siya at bakas ang pagkalugmok niya. Nakita ko kong nakaplay ang video ni Lalaine sa flat screen TV at duon natuon ang attensyon ko.

"Hi Love! Nandito ako sa hospital. Alam mo magiging proud ka sa akin. Nakaya ko yung masasakit na physical exams..."

Garalgal ang boses niya nakita ko ang pangingilid ng luha niya. Kuha 'yon two years ago dahil sa date na nakalagay sa video.

"Kaya lang ang sakit pala. Hindi ko ma-imagine ang pinagdadaanan ng mga batang nagkaroon ng brain tumor na gaya ko. Gusto ko sana hawak ko ang kamay ko habang kinukuhanan ako ng sample para mabawasan ang sakit. Pero don't worry kapag na-operahan na ako pwede na akong bumalik diyan. I missed you. I'm sorry kung hindi ko sinabi sayo ang totoo. Alam ko kung gaano mo ako kamahal kaya natakot ako na baka masaktan ka ng

dahil sa akin. Kapag gumaling na ako sasabihin ko din sayo ang lahat. At kapag inalok mo ulit ako ng kasal? Tatlong YES! Ang isasagot ko sayo!" Nakangiti niyang wika sa harap ng camera.

"Lalaine tama na yan kailangan mong mapahinga para bukas." Sabat ng pamilyar na boses ni Tita mommy ni Lalaine.

"Mom, kakausapin ko lang po sandali si Rafael. I'm sure miss na niya ako." Nakangusong paliwanag niya sa kanyang Ina.

"Kailangan mo ng magpahinga araw-araw mo na lang kinakausap sa video si Rafael. Hindi mo naman senesend sa kanya." Saway pa rin ng Mommy niya.

"Okay...Mom." Malungkot na sagot niya at humarap ulit sa camera. *"Bye love! I love you so much. Magpapagaling ako for you diba sabi mo gusto mo ng mara—"*

Hindi na niya natuloy ang pagsasalita dahil napangiwi na siya sa habang hawak ang kanyang ulo.

"Mom! Mom it hurts!"

"Lalaine! Lalaine!"

Nahulog ang camera kaya nawala ang angulo nito kay Lalaine pero dinig parin ang hiyaw niya sa naturang video. Nanginig ang aking katawan napaluhod ako sa aking nasaksihan.

"Masaya ka na dahil nakaganti ka na?" Nang-uuyam na tanong ni Fernan.

"A-anong n-nangyari? Na-san siya?" Paos na tanong ko sa kanya.

Matalim niya akong tinignan pero wala akong paki-alam.

"Umuwi siya dito dahil akala niya successful ang operasyon niya. Bago siya umuwi ay nagpa complete test muna siya. Pero positibo siyang magaling na siya dahil natangal na ang tumor sa utak niya. Pero noong time na narinig niya tayong nagtatalo kila bernard natangap niya ang masamang balita na kailangan niyang bumalik sa Canada dahil active parin ang cancer cells niya at may panibagong tumor na tumubo sa utak niya. Mas agresibo ito kaya mas naging mabilis ang pagatake sa kanyang katawan. Pero naki-usap siya kahapon na kakausapin ka muna niya bago siya bumalik." Mahabang paliwanag ni Fernan.

Tumayo siya at nanlulumong nakatingin sa akin.

"Pero anong ginawa mo? Hindi mo siya sinipot at pinag-antay ng mahabang oras! Kung hindi ko pa siya sinundo hindi ko pa malalaman na nakahiga na lang siya sa tabing dagat at walang malay kaka-antay sayo!" Galit na sigaw niya sa akin. Tuluyan ng lumandas ang luha sa aking mata inalala ko ang huling sandali ng pag-uusap namin sa cellphone.

"Hindi ko alam na may sakit siya Fernan!"

"Hindi mo alam kasi, hindi mo inalam Rafael! Pina-iral mo ang galit mo sa kanya kaya ka gumaganti at nagpakasal sa babaeng yun! Hindi mo hinayaan na makapag-paliwanag siya dahil binulag ka ng galit at pride mo! Ngayon anong gagawin mo? Susundan mo siya para makita mo ang kalagayan niya?! Kung alam ko lang na hindi mo siya kayang pahalagahan hindi ko sana siya hinayaan mapunta sayo. Beacause I love her to much kaya hinayaan kong maging masaya siya pero nagkamali ako...."

Pagkatapos niyang ilabas ang hinanakit sa akin ay lumabas na rin siya. Patuloy ang pagplay ng video na hindi ko alam kung saan nangaling.

Hindi ko alam kung paano ilalabas ang sakit ng nararamdaman ko pakiramdam ko unti-unting pinupunit ang puso ko. Ilang video pa niya ang nag-play sa screen. May masaya na kinakausap niya ako dahil tapos na ang theraphy niya. May umiiyak siya dahil hindi na niya kaya nangangayayat siya dahil sa matinding sakit na pinagdaanan niya. Gusto kong hawakan ang kamay niya sa tuwing nasasaktan siya. Gusto kong yakapin siya sa tuwing nahihirapan siya. Gusto kong sabihin sa kanyang mahal na mahal ko siya. Pero huli na nasaktan ko na siya at mas dumoble pa yun dahil sa galit na pinaramdam ko sa kanya.

"Love, matutulog na ako. Bukas na ang operation ko. Gagaling na ako. I'm really excited uuwi agad ako diyan. I'm so sorry..." Umiiyak na sambit niya habang nakahiga at nagpapaalam sa akin.

Tuluyan na niyang sinarado ang mga mata niya.

"Lalaine I'm sorry....... I'm sorry! Ahhhhhhh!"

Tulala akong nanatili sa sofa. Hangang matapos na ang pag-play ng video ni Lalaine. Naubos na rin ang luha sa aking mata pero kahit ganun pakiramdam ko may nakadagan parin sa loob ko. Sa loob ng dalawang taon. Sarili ko lang ang inisip ko. Hindi ko alam na kaya siya umalis dahil sa matinding karamdaman na gusto niyang lagpasan mag-isa kaya pinili niya akong iwan at saktan. At nang bumalik na siya sinaktan ko pa siya lalo. Napuno ng galit ang puso ko nang sabihin niyang hindi siya nagsisisi na iniwan niya ako.

Kaya lalo kong tinangap ang alok ni Lola na pakasalan si Angela. Paano ko haharapin si Lalaine? Paano ko ipapaunawa kay Lola ang lahat at paano na si Angela? Sasaktan ko rin ba siya?

Hindi ko na alam ang gagawin ko. Pero sa ngayon isa lang ang malinaw sa akin. Ang puntahan si Lalaine at manatili sa kanyang tabi. Ayokong magsisi sa huli gusto ko siyang makita. Gusto kong humingi ng tawad at gusto kong bumalik kami sa dati.

"I'm sorry Angela...."

Chapter 21

Rafael's POV

Papasok na ako sa hospital kung saan dinala si Lalaine. Naglalakad ako sa pasilyo patungo sa kwarto niya. Habang papalapit ako ay mas lalong bumibigat ang paghakbang ko. Hindi ko alam kung paano ko siya kakausapin at kung ano ang magiging reaction ko kapag nakita ko na siya. Pero kailangan kong lakasan ang loob ko. Hindi ko alam kung galit ba siya sa akin dahil sa ginawa ko sa kanya. Pero handa kong tangapin ang hinanakit niya, mapatawad niya lang ako at mabawasan ang nararamdaman niyang sakit. Nasa tapat na ako ng pintuan ni Lalaine nang biglang magbukas ang pinto.

"T-tita."

"Rafael? Anong ginagawa mo dito?" Kunot noo na tanong ni Tita. Hindi niya kasi alam na susunod ako dito.

"I want to see Lalaine."

"Hindi ka na dapat nagpunta dito. Ayaw niyang makita mo ang kalagayan niya."

Hinila niya ako malayo sa kwarto ni Lalaine.

"Rafael mas makakabuti kung hindi mo na siya makita sa ganung kalagayan. Dahil yun ang gusto niya at hiling niya."

Nag-umpisang mamula ang mga mata niya. Ramdam ko ang paghihirap niya. Malaki din ang pinayat niya simula nang huli naming pagkikita. Ginagap ko ang kamay niya.

"T-tita please, let me see her. Gusto ko siyang makita. Hindi ko kaya na hindi ko man lang siya maka-usap, makasama at maalagaan. I want to stay here. Gusto siyang alagaan, bagay na hindi ko nagawa sa nakaraang taon." Pagmamaka-awa ko sa kanya.

"Pero Rafael, may asawa ka na. Nabalitaan ko na kinasal ka na. Ayokong si Lalaine pa ang maging dahilan para magkaroon kayo ng problema. At alam mo din naman na ayaw ni Lalaine yun diba?"

Paliwanag niya sa akin. Isa yun sa nagustuhan ko kay Lalaine. Alam niya kung paano rumespeto lalo na sa kapwa niya babae. Kaya siguro hindi na rin niya ako hinabol dahil alam niyang ikakasal na ako sa iba.

"T-tita, please kahit ngayon lang pagbigyan niyo ko. Hindi ko rin kayang mapanatag kung hindi ko siya makikita at makakasama. Kinasal man ako sa iba si Lalaine pa rin ang nasa puso ko. Kung hinayaan lang sana niya akong alagaan siya. Hindi ko sana siya nagawang saktan ng ganito gusto ko pong bumawi. Alam naman po ninyo kung gaano ko kamahal si Lalaine."

"Kung yun ang mas makakabuti para sa inyong dalawa wala na akong magagawa." Mahinang sambit niya. Niyakap ko si Tita upang magpasalamat. Hindi ko akalain na mauunawaan niya pa rin ako kahit alam niyang ikinasal na ako sa iba. Simula kasi ng maging kami ni Lalaine ay nakita nila kung gaano ko kamahal si

Lalaine at inalagaan. Kaya siguro naging magaan ang pagtangap niya sa akin.

Nasa pintuan ako ng kwarto ni Lalaine. Binigyan ako ni Tita ng pahintulot na makapasok sa kwarto niya. Pero nagsuot na rin ako ng proteksiyon dahil maselan daw ang kalagayan niya ngayon. Kinakabahan man ako kaylangan kong lakasan ang loob ko. Dahan-dahan akong humakbang palapit sa kanya. Habang papalapit ako ay parang hindi ako makahinga. Nakita ko siyang nakahiga sa puting kama. Mahimbing na natutulog, ngunit napatakip ako sa aking labi dahil sa nakita kong itsura niya. Wala na ang maganda at itim niyang buhok. Nakatakip na ang ulo niya ng kulay itim na bonet. Halata sa kanyang mukha na hirap na hirap siya. Malayo pa lamang ako ay napaluhod na ako sa sahig. Ang masayang larawan ng mukha at ngiti ni Lalaine noon ay unti-unting nabura sa aking ala-ala. Hindi ko na napigilan ang paghikbi. Iniisip ko pa lang ang hirap na pinagdaanan niya sa loob ng ilang taon para na akong mauubusan ng hininga.

Napayuko ako sa sahig at hinayaan kong tumulo ang aking luha hindi ko kaya. Hindi ko kayang nakikita siyang ganito.

"R-afael?" Sambit niya sa mahinang tinig. Pinunasan ko ang aking luha upang hindi niya makita. Tumayo ako at lumapit sa kanya. Nakita ko ang malalaking butil na luha sa sulok ng kanyang mga mata.

"P-paano mo nalaman?" Nanghihinang tanong niya. "Sinabi ba ni Mommy sa'yo? Siya ba ang nagpapunta sa'yo rito? Umalis ka na okay na ako gagaling pa naman ako hindi mo na dapat ako pinuntahan dito."

Tuluyan ng pumatak ang luha sa kanyang pisngi.

"B-bakit hindi mo sinabi sa akin? Bakit kailangan mag-isa mong harapin ito? Alam mo naman na mahal na mahal kita diba?" Paos na boses na tanong ko sa kanya. Hinawakan ko ang kamay niya at dinala yun sa labi ko.

"Kaya hindi ko sinabi sa'yo dahil ayokong masaktan ka kung sakaling hindi ko malagpasan ito. Ayokong maiwan kang mag-isa na at umiiyak sa pagkawala ko. Kaya mas pinili kong iwan ka ng sa ganun ay hindi ka mahirapan na tangapina ng lahat." Humihikbing sagot niya sa akin.

"At sa tingin mo nakatulong ang pag-iwan mo sa akin para hindi ako masaktan? Nabawasan ba ang paghihirap mo dahil wala ako sa tabi mo? Gusto kong maging bahagi ng sakit na pinagdadaanan mo Lalaine. Gusto kong alagaan ka pero pinagkait mo sa akin yun. Gusto kong harapin at samahan ka hawakan ang kamay mo nang sa ganun mabawasan ang takot mo pero hindi....... Hindi mo ko hinayaang gawin yun sa halip tinulak mo pa ako palayo sa'yo..."

Hindi ko na rin napigilan ang sunod-sunod na pagpatak ng aking luha. Nahihirapan akong makita siya sa ganitong kalagayan.

"I still loved you Lalaine, please let me take care of you." Buong pagmamahal ko siyang tinignan. Pinunasan ko ang kanyang mga luha.

"I'm dying, Rafael......"

"No! Hindi ako papayag. Gagawin natin ang lahat para mabuhay ka. Para gumaling ka. Kung kailangan lahat ng pinakamagaling na doctor ang tumingin sa'yo hahanapin natin sila gumaling ka lang. I won't give-up on you. Lalaine. Please lumaban ka for me.....Ako ang magiging lakas mo. Basta gumaling ka lang gagawin ko ang lahat para sa'yo."

"Rafael.....please dont make it hard for me to leave you like this. Start with your own life with her, with your wife. Unang beses ko pa lamang siyang nakita. I Know magiging masaya ka kasama niya. Kaya panatag akong aalis bitbit ang pabaon mong masayang ala-ala" Nakangiting wika niya sa akin.

"No! Stop saying that. Hindi ko siya mahal ikaw ang mahal ko. Lalaine!"

Chapter 22

Angela's POV

Dalawang linggo na mula nang umalis si Rafael. Niyaya ako ni Lola na sundan si Rafael sa Canada pero hindi ako pumayag. Gusto kong bigyan siya ng oras para sa babaeng mahal niya at hinanda ko na rin ang sarili ko sa magiging desisyon niya pagbalik. Palagi na lamang akong sinasamahan ni Lola sa mall or kahit saan para siguro maaliw ako paminsan-minsan. Tinuturuan din niya ako sa pagbuburda kaya minsan hindi ko namamalayan na nakakatapos na pala ako kahit isang maliit na bulaklak. Kahit abala pa siya sa maraming negosyo, maraming mapagkakatiwalaan si Lola na tumutulong sa kanya habang wala pa si Rafael.

Matiyaga parin akong naghihintay sa kanya kahit walang kasiguraduhan kung kailan siya babalik. Hindi ko alam kong bakit ko rin natitiis ang ganito na maghintay na lamang kahit may karapatan na naman ako sa kanya. Alam ko kasi ang katotohanan na sa papel lang ang kasal naming dalawa at kahit kailan hindi niya ako magagawang mahalin. Masakit, akala ko okay lang sa akin ang nangyari pero habang tumatagal lalo akong nakakaramdam ng pagkasabik na makita siyang muli.

Palagi pa rin naman nadalaw sila Inigo, Bernard dito para kumustahin kami ni Lola kaya kahit paano ay nakakalimutan ko ang malungkot. Iba din kasi ang humor ng mga kaibigan niya palagi nila akong binibiro. Minsan nga pinapili pa nila ako kung sino sa kanila ang pipiliin ko kung hindi ako naikasal kay Rafael. Nangingiti na lamang ako. Kahit maloko sila alam ko may respeto sila sa isa't-isa. Narinig ko din ang usapan nila tungkol kay Xandro na may kinahuhumalingang babaeng empleyado sa beach reasort nito. Parehas na parehas ko daw dahil mahinhin din ito at maganda. Namula naman ako sa papuri nila. Pero si Fernan hindi pa siya dumadalaw dito. Hindi naman daw siya galit sa akin. Kailangan lang daw niyang umalis paibang bansa.

Nalaman ko din na malala na daw ang kalagayan ni Lalaine. Nalulungkot ako para sa kanya. Napakabata pa niya at napakaganda mukha din siyang mabait para danasin ang ganoong klaseng karamdaman. Pero mas nag-aalala rin ako kay Rafael sa kung ano man ang magiging epekto nito sa kanya. Kaya sinasama ko siya sa gabi-gabing pagdarasal ko na sana gumaling na ang babaeng mahal niya.

Sa mga kwento sa akin ni Lola tungkol sa kanya. Naniwala akong naging ganun lang siya dahil sa labis na pagmamahal kay Lalaine.

Kaya labis din itong nasaktan ng iwan siya nito. Minsan tuloy parang gusto ko ng sisihin ang aking sarili. Kung hindi dahil sa akin baka nakipagbalikan pa si Rafael sa kanya. Kahit itinutulak ko siya noon na bumalik kay Lalaine ay ayaw niya. Sana tumanggi na lamang ako sa alok ni Lola. Sana kinausap ko na lamang siya na pagtrabahuhan ko na lamang ang perang ginastos niya para sa akin.

Pero huli na para magsisi pa ako. Dahil kasal na kaming dalawa. At kailangan ko ng panindigan ang desisyon ko.

"Binibini, lalim ata ng iniisip mo?"

Napalingon ako sa nagsalita. Alam ko naman na sila lang ang tumatawag sa akin noon. Kasalukuyan akong nagsspray sa mga bulaklak ng hardin.

"Anong ginagawa mo dito?" Tanong ko sa kanya.

"Tinawagan ako ni Lola, samahan daw kita sa bahay ampunan magdala daw tayo ng mga laruan, damit at pagkain para sa mga bata." Nakangiting sagot ni Inigo.

"Talaga?" Hindi makapaniwalang tanong ko. Siguro ay naisip na rin ni Lola na kailangan kong dumalaw sa bahay ampunan.

"Teka lang? Pwedeng magtanong?"

"Ano yun Binibini?"

"Wala ka bang girlfriend? Kasi nandito ka palagi kung hindi ikaw si Bernard naman ang nandito." Kunot noo na tanong ko sa kanya.

"Marami akong girlfriend's pero hindi ko pa natatagpuan ang binibini ko." Nakangiting sagot niya na ikinataas ng kilay ko.

Sa itsura ni Inigo hindi na ako magtataka kung marami na itong naging kasintahan. Gwapo si Inigo, kung pagtatabihin nga silang magkakaibigan para silang mga model sa isang business magazine. Kaya mas lalo akong nagtataka kung bakit palagi nalang silang nandito. Hindi ko iniisip na dahil sa akin pero kahit paano ay masarap silang kausap at napapatawa nila ako.

"Bakit ba binibini ang tawag mo sa akin? Pwede namang Angela na lang."

"Kagaya mo kasi ang gusto ko. Sayang lang at naunahan ako ni Rafael. Pero kung hindi pa rin kayo ikinasal? Baka sakaling agawin ka namin ni Bernard sa kanya." Nakangising niyang sabi sa akin. Mabuti na lamang at hindi ako nagpapaniwala sa mga ganitong mabulaklak na salita ng lalaki lalo na kapag sinamahan ng ngisi. Bigla kong naalala ang pagtawag ng Mahal sa akin ni Rafael. Siguro kakaisip ko sa kanya kaya paulit-ulit na rin yung nagpaplay sa utak ko.

"Bakit ka natahimik? Iniisip mo ba kung sino ang pipiliin mo sa amin?" Nakangising tanong niya. Medyo nasanay na rin ako sa kapreskuhan nila kaya natatawa na lamang ako.

"Kailan daw tayo pupunta sa ampunan?" Pagbabago ko ng usapan.

"Bukas daw, si Bernnard na ang nagpahanda ng dadalhin natin." Saad niya.

Pagkatapos ng kaunting usapan at pagtiisan ang malakas na hangin ni Inigo ay nagpa-alam na rin ito. Maswerte si Rafael dahil may mapagmahal siyang Lola. May mabait at maasahan siyang mga kaibigan. Siguro dumadating talaga sa buhay ng tao na kailangan subukan ka ng panginoon kung gaano ka katatag. At umaasa pa din ako na matagpuan ko ang mga tunay kong magulang. Kahit hindi ko sila makasama basta malaman ko lang kung buhay pa sila at kung bakit nila ako iniwan para mabawasan ang tanong ko sa aking sarili. Para makapag-umpisa na akong buohin ang sarili ko. Para sa akin, maraming dahilan kaya pinipili ng magulang na malayo sa mga anak nila. Gusto kong malaman kong bakit nila ako iniwan sa ampunan. Maraming mga magulang na kahit nahihirapan silang palakihin ang mga anak nila mas pinipili nilang maghirap. Basta kasama lang nila ang mga anak nila. Pero bakit ako? Bakit kailangan nila akong ipamigay na lamang. Anong klaseng tao ang basta na lamang iiwan ang anak sa kung saan? Bago pa ako malunod sa pag-iisip ay nagpasya na lamang akong magpahinga ng maaga para bukas. Sabik na rin akong makita sila Mother Evette at Sister Sandy pati na rin ang mga bata. Sigurado akong makakalimutan ko pansamantala si Rafael. Habang nakahiga ako sa malambot niyang kama ay parang naamoy ko parin siya. Gusto ko na siyang makita at makasama. Hindi ko pa rin binubuksan ang mga regalo namin noong kasal dahil iniintay ko siyang bumalik.

Umaasa?

Oo.

Ayokong maging masamang tao para tapunan niya ng kaunting pagmamahal. Ang gusto ko lang maging masaya siya sa kung sino man ang piliin niya kahit alam kong hindi ako yun. Ganun talaga siguro kapag nagmamahal ang isang tao ng totoo. Kung ano ang ikakaligaya ng taong mahal mo. Matitiis mo rin ang sakit... at magugulat ka na lamang sanay ka na...pala at kaya mo na rin siyang pakawalan sa puso mo.

Chapter 23

Angela's POV

Maaga akong gumising upang paghandaan ang pag-alis namin mamaya. Kailangan din kasi ni Lola umalis patungong Macau, dahil nagkaroon daw ng emergency meeting doon kasama ang ibang shareholder ng kanilang negosyo. Nag-aalala na rin ako dahil baka bumagsak ang kalusugan ni Lola. Pero siniguradu niyang magiging okay siya at babalik din agad siya. Pag natapos na ang problema doon.

"Lola, sigurado po ba kayong kaya niyo na?" Nag-aalalang tanong ko.

"Oo apo, ako na ang bahala. Alam ko naman na miss na miss mo na ang mga tao sa ampunan pero umuwi ka din dito dahil baka umuwi si Rafael." Paalam niya sa akin. Niyakap ko siya at pagkatapos ay sumakay na siya sa kotse. Inihabilin ko din siya sa private nurse na wag na wag siyang pabayaan. Nangingilid ang luhang kumaway ako sa kanya habang papalayo ang sinasakyan niya. Napakabait ni Lola, hindi siya kagaya ng ibang mayayaman na mataas ang tingin sa sarili. Kahit hindi ko hinihingi ay binibigay niya. Binigyan niya rin ako ng black card na pwede kong gamitin kung aalis ako. Hindi ko naman yun ginagamit dahil hindi rin naman ako mahilig lumabas ng bahay. Kaya tinago ko na lang yun sa cabinet.

"Sana nga po umuwi na siya." Sambit ko.

Papasok na sana ako nang bigla kong natanaw ang mamahaling kotse ni Bernard. Mabuti na lang at bihis na rin ako. Isang simpleng floral dress na kulay puti lang ang suot ko. Nilugay ko lang ang lagpas balikat kong buhok. At naglagay ng kaunting pulpos at lipstick na bumagay naman sa simpleng ayos ko. Napansin ko din na medyo pumayat ako. Nakakapayat siguro talaga kapag palagi kang may iniisip. Nakangiting bumaba si Bernard sa akin. Pinasadahan ko ang kabuohan niya. Itim na slocks at long sleeve polo shirt na kulay royal blue naman sa itaas. Napakalinis tignan napakabango din niya. Kaya parang bigla akong nahiya nang ngumiti siya sa akin.

"In love ka na ba sa akin kaya ganyan ka makatingin?" Nakangising tanong niya.

"Puro ka kalokohan. Akala ko ba ikaw ang magdadala ng mga pasalubong natin sa mga bata? Bakit mukhang wala ka naman atang dala? Saka bakit ganyan ang suot mo? Para kang aattend ng meeting?" Kunot noo na tanong ko na ikinatawa niya.

"Syempre kailangan kong magpapogi sayo para naman makalimutan mo si Rafael."

Parang may sumaksak sa dibdib ko ng maisip ulit si Rafael. Kahit nasa tabi siya ng babaeng mahal niya hindi ako pwedeng magdesisyon na ewan siya dahil kasal kami.

"I'm sorry…" Sambit niya. "I'm just joking." Dagdagpa niya.

Tipis akong ngumiti at inaya siyang makapasok sa loob ng bahay dahil kukunin ko muna ang gamit ko. Pagkatapos kong kunin ang bag ko ay bumaba na rin ako. Nakangiti niya akong sinalubong at inaabot ang paper bag kong dala na pasalubong ko kila mother Evette at sister Sandy.

"Ako na Bernard nakakahiya naman sa itsura mo kung pagdadalhin kita ng gamit ko."

"Ako na." Mabilis niyang naagaw ang paper bag kaya hinayaan ko na lang siya. Lumabas na kami sa mansyon.

"Matagal pa ba si Inigo?" Nagtatakang tanong ko.

"Malapit na yun baka natrapik." Sagot niya. Napansin ko ang pangisi niya habang nakatingin sa langit kaya tumingala din ako.

"He's here."

Kunot noo akong napatingin kasabay ng pagbaba ng helicopter sa likurang bahagi ng bahay.

"Seryoso?" Kunot noong tanong ko. Tumango lang siya sa akin. Umikot kami sa likurang bahay at nakita ko ang pagbaba ni Inigo.

"Let's go." Nakangising wika niya. Naguluhan akong tumingin sa kanilang dalawa.

"Papasakayin niyo ko sa helicopter? Hindi….. ayoko!"

Hindi pa ako nakakasakay sa ganun at natatakot ako baka kung ano pa ang mangyari.

"Don't worry kasama natin ang pilotong si Inigo. Para mas mabilis tayong makarating sa ampunan." Nakangiting sagot niya. Marami pa ata akong hindi alam sa kanila. Pati ba ang maganda at malaking helicopter na ito pagmamay-ari nila?

Hindi na ako nakatangi nang alalayan na ako ni Bernard papunta sa helicopter. Kinakabahan man ay nagtiwala na lang akong makakababa kami sa ampunan ng buhay.

Napapikit ako habang dahil ramdam ko ang pag-angat namin sa ere. Pinasuotan pa ako ni Bernard ng malaking earphone.

"Hey! Open your eyes wag kang matakot." Natatawang sabi ni Bernard sa tabi ko.

"Kapag namatay ako dito naku lagot kayo sa akin!" Nanginginig na banta ko sa kanila. Naramdamanko na lang ang paghawak ni Bernard sa kamay ko kaya napadilat ako. Namangha ako dahil nasa himpapawid na kami. Napadako ang tingin ko sa ibaba. Napangiti din ako dahil sa magandang tanawin na nakikita ko.

"See? Hindi naman nakakatakot eh." Sambit niya.

"Bernard yung kamay mo!" Narinig kong saway ni Inigo sa unahan.

"Ingit ka lang pagtuunan mo ng pansin ang ginagawa mo. Marami girls ang iiyak pag namatay tayong dalawa!" Nang-aasar na sabi ni Bernard sa kanya.

"Okay lang basta kasama ko si Binibini." Nakangiting sagot ni Inigo nakatingin pa sa akin ang loko.

Hay! May mga saltik talaga!

Ilang minuto lang ang nakalipas ay natanaw ko na ang eden home orphanage. Mabuti na lamang at malawak din ang harapan ng ampunan kaya pwedeng lapagan ng helicopter.

Nawala na rin ang takot ko sa heights dahil sa kanilang dalawa.

Paglapag ng helicopter ay natanaw ko na agad sila Mother Evette at Sister Sandy pati na rin ang mga bata. Mukhang alam na nilang darating kami.

Kahit malakas pa ang hangin dahil sa paglapag ng helicopter ay bumaba na kami ni Bernard. Kaagad akong lumapit sa kanila.

"Mother Evette! Sister Sandy!"

Isang mahigpit na yakap mula sa kanila ang nagpapanatag sa

akin.

"Mabuti naman at dumalaw ka Angela."

Masayang bungad nila sa akin. Kaagad kong ipinakilala ang mga kasama ko. At nagbigay naman sila ng pagalang sa nakalakihan kong pamilya.

"Marami po kaming dalawa para sa mga bata." Nakangiting sabi ni Bernard. Yun siguro yung kahon-kahon na nakita ko sa likuran namin.

"Maraming salamat sa inyo dahil nag-abala pa kayo pumunta dito." Nahihiyang sabi ni Mother Evette.

"Wala po yun. Para din naman sa mga bata." Si Inigo ang sumagot. Masarap sa pakiramdam ang makatulong sa kapwa lalo na kung isa ka din sa kanila noon na nangangailangan ng tulong. Maswerte ako dahil kay Lola. At maswerte din ako dahil kahit may kahanginan ang mga kasama ko. Marunong silang magpakumbaba para sa iba.

Tinulungan namin silang maibaba ang mga laruan at supplies na dala namin. Kitang-kita ko sa mga mata nila ang labis na kaligayahan.

Kaligayahan na hindi mapapalitan ng kahit ano pang kayamanan sa mundo.

Pagkatapos naming maipasok lahat ng dala namin ay pumasok na kami upang kumain. Nagpadeliver kasi si Bernard ng pagkain. Kaya mas tuwang-tuwa ang mga bata. Sobra pa ang pagkain na yun para sa aming lahat pero hindi siya nanghinayang na gumastos.

Pagkatapos naming kumain ay lumabas muna ako para magpahangin. Namiss ko rin ang man made river na nasa harapan ko. Dito kasi ako tumatambay kapag kailangan kong huminga. Kapag naiisip ko ang mga tanong kung bakit ako naririto sa ampunan. Nasa ilalim ako ng malaking puno nang may marinig akong papalapit sa akin.

"Water?" Alok ni Inigo sa akin. May dala kasi siyang bottled water. Nakangiting kinuha ko yun.

"Salamat sa inyong dalawa." Sincere na sabi ko sa kanya.

"Wala yun. Nakita mo ba ang mga ngiti ng mga batang yun? Masarap sa pakiramdam." Wika niya.

"Lalo na siguro kung sa labi mo yun nagmumula." Dagdag pa niya.

Kinunutan ko siya ng noo.

"Alam mo kung hindi ko asawa si Rafael. Hindi pa rin kita sasagutin."

Humaba ang nguso niya at parang hindi makapaniwala sa sinasabi ko.

"Bakit naman? Nasa akin na ang lahat ng katangian para magustuhan ng mga babae. Kaya nga maraming naghahabol sa akin eh." Wika niya na ikinatawa ko.

"Alam mo kung bakit? Masyadong masarap sa tenga ang mga biro mo kaya marami kang napapaikot na babae." Natatawang sabi ko sa kanya. Sasagot pa sana siya nang mapalingon kami kay Bernard na humahangos papunta sa aming dalawa. Bakas sa mukha niya na hindi maganda ang sasabihin niya. Bigla akong nakaramdam ng kaba.

"Inigo, Angela."

"Bakit? Seryosong tanong ni Inigo. Ramdam niya rin siguro sa boses ni Bernard na may hindi magandang balita ito.

"W-wala na si Lalaine…"

Chapter 24

Angela's POV

Kasabay ng pagbagsak ng hawak kong bote ng tubig ang paglambot ng binti ko. Napahawak ako sa katawan ng puno. Napapikit ako, hindi ko alam kung bakit ganito ang nararamdaman ko. Hindi ko naman siya kaano-ano pero bakit malaki ang epekto ng masamang balitang yun sa akin.

Naging maagap silang daluhan ako na makatayo.

"Are you okay?" Nag-aalalang tanong niya. Tango lang ang naging sagot ko.

"Kailangan na nating umalis." Seryosong saad ni Bernard ngayon ko lang sila nakitang sumeryoso ang mukha. Kahit hindi nila sabihin alam kong apektado din sila sa pagkawala ni Lalaine. Nagpaalam agad kaming umalis at babalik na lamang sa ibang araw. Tahimik kaming nakasakay sa helicopter. Narinig kong kausap ni Bernard si Xandro. Hindi na rin ako nagtanong pa. Dahil wala akong lakas ng loob. Nang makalapag na kami sa mansyon ay nagpaalam na agad sila sa akin. Nagmamadali silang umalis pagkatapos nilang magbilin na magpahinga ako at wag aalis ng bahay.

Nanghihina akong umakyat sa kwarto. Hindi ko alam kung anong gagawin ko. Gusto kong damayan si Rafael.

Gusto ko siyang makita. Pero alam kong hindi yun makakabuti sa amin.

Kinabukasan ay wala pa rin akong ganang bumangon. Hindi pa rin dumadating si Lola. Ayoko namang tawagan siya dahil baka maabala ko siya. Kinuha ko ang phone at pinagmasdan ang numero ni Rafael. HIndi ko pa siya tinatawagan dahil nag-iintay akong siya mismo ang makaisip na tawagan ako. Pero kahit isang beses wala akong natangap sa kanya. Gustuhin ko man marinig ang boses niya at comfort siya. Hindi ko alam kung kaya ko.

Lumipas ang maghapon ay hindi parin ako bumababa. Naligo lang ako at nagbihis. Tumikim lang ko ng kaunting pagkain na dala kanina sa kwarto ko. Pero wala talaga akong gana.

Lumipas ang maghapon pero nakatulala pa rin ako habang nakaupo sa ibabaw ng kama. Nakailang balik narin dito si Manang Adela para kumustahin ako at kumain. Pero hindi parin ako bumababa.

Nalulungkot ako, nasasaktan pero hindi ko matukoy ang dahilan.

Hihiga na sana ako sa kama upang magpahinga nang bumukas ang pinto.

"R-rafael..."

Kaagad akong bumaba ng kama at sinalubong siya ng yakap.

"Bumalik ka na...." Humihikbing sambit ko. Nag-angat ako ng tingin upang makita ang mukha niya. Malaki ang ibinagsak ng katawan niya sabog din ang buhok niya at makapal na ng tumutubo niyang balbas sa mukha. Nakita ko ang malamig at walang emosyon na mga mata niya at iniwasan akong tingnan. Ayoko pa sana siyang bitawan pero naramdaman kong ayaw niya sa ginawa kong pagsalubong sa kanya. Saka ko lang napansin ang brown na envelop sa kanan niyang kamay. Tuluyan ko nang nailayo ang katawan ko sa kanya.

"P-pagod kaba? I-paghahanda kita ng pagkain." Nanginginig ang boses kong tanong sa kanya. PInahid ko ang luha sa pisngi ko at kinuha ko ang suit na bitbit niya.

"Let's talk."

Napatigil ako nang magsalita siya. Seryoso pa rin ang tingin niya at malamig ang pakikitungo sa akin.

"B-akit?" Kinakabahang tanong ko.

Inabot niya sa akin ang brown envelop. Kinuha ko yun sa kamay niya.

"Open it." Utos niya.

Dahan-dahan kung kinuha ang papel sa loob. Bumungad agad sa akin ang isang tseke pero hindi ko yun pinansin. Sa halip napadako ang tingin ko sa kasunod na papel.

"Annulment?"

Ang malinaw kong nabasa.

"Yes, signed it and leave….."

Napamaang ang labi ko sa narinig mula sa kanya. Gusto na niyang ipawalang bisa ang kasal namin?

"Ikaw na bahala kung magkanong halaga ang kailangan mo para mag-umpisang muli ipapa-asikaso ko agad yun sa secretary ko para maipadala sayo. Pero wag ka ng babalik sa ampunan dahil sigurado mahahanap ka ulit ni Grandma." Dagdag pa niya.

Nag-init ang sulok ng aking mga mata at hindi ko na napigilan ang umiyak sa harapan niya. Pero wala man lang akong nakitang pagbabago sa tingin niya sa akin. Akmang lalabas na siya ng kwarto nang pigilan ko ang braso niya.

"B-bakit?" Paos na tanong ko sa kanya. Patuloy pa rin sa pagtulo ng mga luha ko.

"Kahit kailan hindi mo mapapalitan si Lalaine....Umaasa akong pagbalik ko ay pirmado mo na ang papeles na yan at wala ka na dito."

Mabilis niyang binawi ang braso niya na hawak ko. At agad siyang lumabas ng pinto. Tuluyan na akong nalugmok sa sahig. Hinawakan ko ang aking dibdib dahil pakiramdam ko hindi ako makahinga. Bakit napakadali para sa kanya ang lahat? Bakit kailangan niyang gawin to sa akin? Bakit kailangan niyang sabihin pa yun? Alam kong hindi ko kayang palitan si Lalaine pero hindi ko naman hiniling yun. Ang gusto ko lang manatili sa tabi niya. Ang makasama siya.

Nanlulumo akong tinignan ang annulment paper na binigay niya. Gustuhin ko man lukutin yun o punitin hindi ko kaya. Sigurado akong nag-desisyon na siya para sa aming dalawa.

Ilang oras kong tinignan ang papeles. Natuyo na rin ang mga luha ko pero andun parin ang sakit. At kung ito ang gusto ni Rafael wala na kong magagawa pa. Dahan-dahan akong tumayo at kinuha ang ballpen sa kabinet. Muling lumandas ang mga luha ko na akala ko ay ubos na nang pirmahan ko ang annulment paper namin. Wala akong karapatan na humingi ng kahit na ano man sa kanya. Dahil alam kong hindi naman ako nagkaroon ng puwang sa puso niya. Pinunit ko ang tseke upang malaman niyang wala kong gusto na kahit ano sa kanya. Nagpakasal ako sa kanya na walang inaasahang kapalit kaya dapat lang na umalis ako sa buhay niya na walang aasahan na kahit ano.

Mabilis kong inimpake ang mga gamit ko. Kung ano ang dinala ko sa pagpunta rito ay yun din ang inayos ko sa malaking bag. Lahat ng binili ni Lola para sa akin ay iniwan ko. Kahit isang kusing ay wala akong dinala dahil hindi ko naman yun pinaghirapan.

Nag-iwan ako ng sulat kay Lola bilang pasasalamat at pahingi ng tawad. Mas double ang naramdaman kong sakit dahil napamahal na ako sa kanya. Pero alam ko ito ang tama kong gawin.

Mabuti na lamang at malalim na ang gabi nang magpasya akong bumaba bitbit ang mga gamit ko. Hindi pa rin maampat ang mga luha ko sa pagpatak. Pinagmasdan ko muna ang buong bahay bago ko binuksan ang pinto.

Pagbukas ko ng pinto ay bumagsak sa harapan ko si Rafael kaya nagulat ako.

"Rafael! Baby dahan-dahan lang kasi!" Boses ng babae.

Lumaki ang bukas ng pinto at nakita ko ang kasama niyang babae. Halos luwa na ang kaluluwa nito sa iksi at hapit na damit.

"Sino ka?" Tanong ko sa babae.

"Ako? Just call me Maymay." Nakangising sabi niya. Hawak niya sa braso si Rafael na nakasubsub naman sa akin dahil sa kalasingan nito.

"Ikaw? Sino ka?" Tanong niya.

"A-ako? A-asawa niya...." Wala sa loob na sagot ko sa kanya.

"Ay mabuti naman! Dalhin mo na siya sa kwarto niyo baka sukahan pa ako! At ayoko rin makipag-sabunutan sayo kaya sayo na siya babye!" Nakangising wika niya sa akin. Bago bitawan si Rafael. Balak ko pa sana siyang tawagin pero mabilis na siyang umalis.

"Rafael,,,, hindi kita kaya ang bi-gat mo!" Reklamo ko sa kanya. Dahan-dahan akong humakbang paakyat sa kwarto namin.

Hindi ko alam kung paano kami naka-akyat. Puro ungol lang ang narinig ko sa kanya. Nanghihina akong ibinagsak siya sa kama. Napatukod ako sa tuhod ko dahil sa sobrang pagod... at bumawi ng paghinga.

Pagkatapos ay tinangal ko ang sapatos niya at niluwagan ang necktie niya.

"Magpahinga ka na.... wag mo pabayaan ang sarili mo." Nangingilid ang mga luha na sambit ko sa kanya. Pinahid ko ang luha ko at bibitawan ko na sana ang kamay niya. Ngunit mahigpit niyang hinawakan ang kamay ko.

"Aalis na ako gaya ng gusto."

Hinila ko ulit ang kamay ko pero hindi niya parin binitawan.

"Rafael......"

"Wag kang umalis.......mahal kita...."

Chapter 25

Rafael's POV

Sunod-sunod na katok ang nagpagising sa akin. Dahan-dahan akong umupo sa headboard ng kama at sumandal. Napahilot ako sa aking sintido kasabay ng pagpintig sa sakit ng ulo ko. Nasa kama na ako. Napakunot ako ng noo dahil wala akong saplot sa katawan kahit isa.

Anong nangyari? Bakit ako naririto? Bakit ako walang damit? Pilit kong inalala ang mga nangyari kagabi pero lalo lang sumasakit ang ulo ko.

"Rafael! Rafael!" Sigaw sa labas ng kwarto ko. Isang malakas na lagabog ang nagbukas ng pinto. Kaya doon natuon ang atensyon ko.

"What the f*uck!" Gulat na sigaw ni Xandro. Sigurado akong siya din ang may pakana kaya nabuksan ang pinto. Nasa likuran niya si Bernard at Inigo na pinasadahan ako ng masamang tingin.

"Kaya pala hindi ka magising kahit anong tawag namin dahil siguradong inumaga ka na ng bunot. Akala namin ay kung ano na ang ginawa mo at sinabi ng manager sa bar ko na nagkagulo daw kagabi dahil sayo. Kasama mo pa si Maymay!" Singhal niya sa akin.

"What happen? Nasaan si Angela?" Seryosong tanong ni Inigo. Saka ko pa lang naalala ang naging pag-uusap namin kahapon. Pagkatapos ko siyang kausapin ay umalis na agad ako at nagtuloy sa bar ni Xandro. Sinamahan ako ni Maymay. Isa siya sa mga babae kung naging pampalipas oras noong sinaktan ako ni Lalaine.

"Hindi ko alam." Walang emosyon na sagot ko.

Kaagad na lumapit si Bernard sa akin at inambahan ako ng suntok sa mukha na ikinagulat ko. Napahawak ako sa dumudugong labi ko at pinahid ko yun.

"Why did you punch me!?" Sigaw ko sa kanya. Umigting ang panga niyang tumingin sa akin.

"Tell us what happen to Angela!?" Sighal niya ulit.

Napangisi ako. "Wala na kong paki-alam sa babaeng yun. Hindi ko na siya asawa." Balewala kong sagot na ikinatalim ng tingin nila sa akin. Bumaling ako sa tabi na table nakapatong doon ang annulment paper namin. Sigurado akong umalis na siya. Alam kong matagal na niyang gustong umalis sa bahay na ito kaya ibinigay ko ang kalayaan na gusto niya. Ngunit napansin ko ang tseke. Punit yun. Kaagad na nilapitan ni Inigo ang lamesa at kinuha ang papel naglaglagan sa sahig ang punit na tseke. Pagkatapos ay inilipat ang masamang tingin sa akin.

"Tarant*do ka!" Sigaw ni Inigo. Inambahan ako ng suntok pero agad na napigil yun ni Xandro. Habang si Bernard naman ay napapasabunot sa kanyang buhok.

"Youre getting worse than before Rafael! Sa tingin mo ba matutuwa si Lalaine kung makikita kang ganyan?! Dinamay mo pa si Angela! Inutusan mo kaming bantayan siya at punahan dito para sa'yo! Pero anong ginawa mo?! Pagkatapos mong papirmahan to kay

Angela nagdalawa ka ng babae sa kama niyo?! I can't believe you!" Galit na sigaw niya sa akin.

Sobrang nalasing ako kagabi kaya hindi ko na maalala kagabi kung anong nangyari pero naaaninag ko sa isip kung ano man nangyari hindi ko sigurado pero baka ganun nga ang nangyari.

"Tapos ka na? Umalis na kayo… at kung may paki-alam kayo sa babaeng yun. Hanapin niyo. Pero wag niyo na siyang ipapakita sa akin lalo na kay Lola." Walang ganang sabi ko sa kanila.

"Hindi ako makapaniwala na aalis ng ganun lang si Angela! Siguradong sinaktan mo siya, kaya imbis na tangapin ang alok mong pera ay pinunit niya yun! Bulag ka Rafael, akala namin maliliwanagan ka dahil sa pagkawala ni Lalaine. Pero hangang matapos ang libing ni Lalaine. Sinisisi mo pa rin ang sarili mo! At nagawa mo pang saktan ang babaeng nag-iintay sa'yo kahit walang kasiguraduhan na babalik ka pa! Hindi ka diyos Rafael! Kung yun ang kapalaran ni Lalaine ay wala tayong magagawa doon! You don't deserved Lalaine, and you don't deserved Angela either."

Napatingin ako sa nagngangalit na mata ni Inigo habang sinasabi niya yun. Tapat siya sa lahat ng mga sinabi niya at nararamdaman ko yun sa bawat salitang pinapamukha niya sa akin.

Hinihintay niya ako?

"Siguraduhin mo lang na pati si Angela ay hindi mo pagsisihan na pinakawalan mo Rafael. Dahil kapag nahanap namin siya hinding-hindi namin siya ibabalik sayo." Wika naman ni Bernard sabay talikod sa akin.

Pinasadahan pa ako ng masamang tingin ni Inigo bago sumunod kay Bernard.

"Intindihin mo na lang sila Bro. Kahit mataas ang antas natin sa lipunan may puso parin tayo. Wala na si Lalaine pero sigurado akong masaya siya dahil iniwan ka niya sa babaeng alam niyang makakabuti para sayo. Bitawan mo na siya...Lalo ka lang mahihirapan kung patuloy mo siyang iisipin." Wika ni Xandro, sabay labas sa pintuan ng kwarto ko.

Napasinghap ako sa sinabi niya. Pagod na akong makipagtalo pa dahil hangang ngayon pinagluluksa ko pa rin ang pagkawala ni Lalaine. At lalo ko lang masasaktan si Angela kung sakaling hayaan ko siyang manatili sa tabi ko gayong walang oras na lumilipas na hindi ko naalala si Lalaine at kung paano siya lumaban hangang sa tuluyan na siyang nanghina at nawalan ng hininga sa mga bisig ko.

Hindi ko namalayan ang pagpatak ng luha sa aking mata. Naalala ko ang walang buhay na mukha ni Lalaine.

"R-rafael...sala-mat dahil sa huling sandali. ...Nakasa-ma kita, pakisabi kay Angela na sa-lamat. Mahalin mo siya, kagaya ng pag-mamahal mo sa akin....Matata-pos na rin ang paghihirap ko...at malugod kong ta-tangapin yun dahil alam ko kung saan ako tutungo." Nahihirapan niyang bilin sa akin.

"No! Lalaine.... sabi mo lalaban ka diba? Sabi mo gagaling ka!" Humihikbing sabi ko habang yakap ko siya.

"Ma-hal kita......at may karapatan kang maging masa-ya.... panatag akong mamahalin mo din siya kagaya ng pagmamahal mo sa a-kin noon."

"Mahal din kita..." Sambit ko.

Sunod-sunod ang naging pag-iling niya na parang hindi naniniwala sa sinasabi ko.

"Pa-kingan mo ang tibok ng puso mo.....na-sasalamin sa mga mata mo ang tunay mong na-raramdaman..," Hinihingal na sabi niya sa akin. Niyakap ko siya ng mahigpit dahil sa luhang pumapatak sa kanyang pisngi. Hindi na rin mapigilan ang pag-iyak nila Tita at Tito na nakatunghay lang sa amin at pinipilit siyang lumaban. Akala namin magiging okay pa siya pagkatapos ng ikatlo niyang operasyon pero hindi na kinaya ng kanyang katawan. At unti-unti na siyang nanghina. Naging makakalimutin na rin siya kaya minsan hindi niya ako kilala sa tuwing dumadalaw siya sa akin. Araw-araw akong nasa tabi niya kaya lahat ng sakit at paghihirap niya ay hinding-hindi ko binibitawan ang kamay niya.

"Lalaine....mahal kita..." Sambit ko. Habang yakap ko parin siya. Pero naramdaman ko na lang ang pagalaw ng ulo niya sa balikat ko at nanginig na lamang ako nang tuluyang bumagsak ang kamay niya.

Lalong lumakas ang iyak ng mga magulang niya. Mas niyakap ko siya ng mahigpit at hindi ko na rin napigilan na humagulgol. Hangang sa tuluyan ng nag flatline ang heartbeat niya.

Chapter 26

Angela's POV

Mabigat ang aking katawan nang umalis ako sa mansyon. Matapos ng nangyari sa amin ni Rafael. Siguro dahil sa pagkasabik ko sa kanya ay tuluyan na akong nagpaubaya. Nang pigilan niya akong umalis at sinabi niyang mahal niya ako ay naging marupok akong tugunin ang biglang pagkabig niya sa akin at paghalik. Matagal bago nagproseso sa utak ko ang mga nangyari nagtagpuan ko na lang ang aking sarili sa ilalim niya at pareho kaming walang saplot sa katawan. Matinding sakit ang naramdaman ko nang tuluyan niya akong maangkin. Pagkatapos ng nangyari sa amin ay tinuloy ko pa rin ang pag-alis dahil alam kong nagawa lang niya yun dahil sa kalasingan niya. Gaya nga ng sinabi niya, kahit kailan hindi ko mapapalitan si Lalaine. Wala akong pinagsisihan dahil ginusto ko ang nangyari.

At umasa akong matagpuan rin niya ang sarili niya sa pag-alis ko. Umaasa akong makabalik siya sa dating sarili at malagpasan ang sakit na dinulot sa kanya ng babaeng pinakamamahal niya. Hindi ko kayang ibigay sa kanya ang kayang ibigay sa kanya ni Lalaine dahil alam kong hindi naman ako karapatdapat mula sa simula.

Masakit tangapin. Pero may mga bagay talaga na kailangang tangapin kahit masakit. Dahil kasama yun sa buhay lalo kapag nagmahal ka.

Sa ngayon ay malaya na akong magdesisyon para sa sarili ko. Hindi na ako pwedeng bumalik sa ampunan dahil siguradong hahanapin ako ni Lola. Nakakalungkot dahil itinuring ko na siyang pamilya kaya lang ayokong maging dahilan ng pag-aaway nila ni Rafael kung manatili pa ako doon kahit ayaw na ng apo niya sa akin. Kailangan kong harapin ng mas matapang ang lahat dahil wala akong ibang aasahan kundi ang aking sarili.

Nakaramdam ako ng pagkalam ng sikmura habang naglalakad ako sa kalsada ng matataas na gusali. Napagod na rin ako sa paglalakad. Dahil walang tigil ako sa paglakad simula ng umalis ako sa mansyon. Medyo mataas na rin ang araw nakakapaso na rin ang init sa balat kaya lalo akong nakaramdam ng panghihina. Nagpatuloy parin ako sa paglakad kahit nanginginig na ako sa gutom. Mabigat din ang dala kong bag kaya lalo akong napagod. Naagaw ng atensyon ko ang isang magandang babae sa malaking screen ng maganda at mataas ng gusali. Nakangiti siya sa screen at nagpaplay din ang mga mamahaling produkto na pampaganda sa screen. Sa tingin ko ay nasa forty's palang ang babae pero napakaganda parin ng kutis nito. At maintain din ang figure. Pakiramdam ko tuloy matagal ko na siyang kilala, dahil sa pamilyar na itsura niya. Pero hindi ko matandaan, siguro napanuod ko na siya sa tv or nakita sa internet.

Nakaramdam ulit ako ng labis na pagkahilo. Dahil na rin siguro sa pagod at gutom. Hindi ko maiwasang mapasandal sa mamahaling kotse na nasa gilid ng malaking building. Ibinaba ko ang aking mga dala at pinilit labanan ang pagkahilo. Ngunit pakiramdam ko mas lalo pang umikot ang paningin ko hangang tuluyan na akong mabuwal sa tabi ng kotse. Narinig ko na lamang ang pagbukas ng pinto at ang pagsigaw ng isang babae. Inaninag ko ang mukha niya ngunit tuluyan na ring nagdilim ang aking paningin.

Nang magising ako at kulay puting kwarto ang tumambad sa akin. Kung hindi ako nagkakamali ay nasa hospital na ako dahil sa nakakabit na swero sa kamay ko.

"Thank god! You're awake!" Wika ng magandang babaeng nakatunghay sa akin. Pinikit ko ang aking mata at dumilat ulit. Hindi kasi ako makapaniwalang siya ang nakikita ko. Ang babaeng nasa malaking screen ay nasa harapan ko na ngayon. At mas maganda pa siya sa personal.

"Kumusta ka na?" Nag-aalalang tanong niya. Hindi parin ako makapagsalita dahil masyado akong nakatuon sa kabuohan niya. Pakiramdam ko kasi matagal ko na siyang nakita or kilala.

"O-okay lang po... Bakit po ako nandito?"

"Nahimatay ka sa gilid ng kotse ko." Sagot niya.

"Pasensya na po kayo ma'am, naabala ko pa po kayo. Okay na po ako, wala po akong pambayad sa hospital kaya kailangan ko na pong lumabas."

Akmang tatayo na ako ng pigilan niya ako.

"It's okay hija, ako na ang bahala sa'yo, magpahinga ka na lamang dito. Sabi ng doctor wala naman daw problema sayo. Kaya lang mahina ka pa. Kailangan mo din daw kumain. Napansin kong namumutla ka at pagod na pagod. May dala ka pang malaking bag. Pwede ko bang malaman kung anong nangyari sayo?" Tanong niya. Nangilid ang luha ko nang maalala ko ang nangyari kahapon sa pagitan namin ni Rafael. Namimiss ko na siya at gusto ko siyang makita pero alam kong kabaliktaran yun ng iniisip niya. Isa pa hiwalay na kami kaya wala na akong karapatan na makita siya aat makasama.

"Are you okay? Hindi na kita pipilitin kung ayaw mo. May pamilya ka ba? Tatawagan ko sila para malaman ang kalagayan mo."

Sunod-sunod akong humiling. Simula nang umalis na ako sa mansyon nawalan na ako ng pamilya. Hindi naman ako makakabalik sa ampunan.

"Wala po akong pamilya mag-isa lang po ako sa buhay."

Tuluyan ng bumuhos ang aking luha at napahikbi na lamang ako sa kama. Ngayon lang rumihistro sa utak ko ang lahat. Isang hagod sa likuran ang nagpa-angat sa mukha ko. Nakita kong labis siyang nag-aalala sa akin.

"Wag kang mag-alala simula ngayon ako na ang magiging pamilya mo." Saad niya na ikinagulat ko.

"Po?" Hindi makapaniwalang saad ko. Sapat na sa akin ang damayan niya ako pero ang sabihin niyang magiging bahagi na ako ng sinasabi niyang pamilya ay hindi ko inaasahan.

Nakangiti siya sa akin at tumango. "Oo, simula ngayon hindi ka na mag-iisa. Uuwi tayo sa bahay mamaya para makilala mo ang pamilya ko." Dagdag pa niya. Umiling ako sa kanya.

"Pero hindi niyo po ako kilala ma'am. Tapos isasama niyo po ako sa inyo?" Nagtatakang tanong ko.

"Hija, kahit hindi kita kilala magaan ang loob ko sa'yo. At sigurado akong may mabuti kang puso." Sabi niya. Lalo akong humikbi. Pareho pala kami ng nararamdaman. Hindi ko akalain na sa likod ng maganda at maamo niyang mukha ay maganda rin ang puso niya. Niyakap niya ako nang wala na akong nasabi pa.

Hindi ko alam kung bakit naging komportable din ako sa pagyakap niya. Kakaibang init ang aking naramdaman. Siguro nga ito ang kailangan ko sa ngayon dahil sa labis na sakit na nararamdaman ko.

Naging komportable akong humikbi sa pagitan ng mga yakap niya habang marahan niyang hinahaplos ang buhok ko. Ganito din kaya kasarap sa pakiramdam kung mismong nanay ang humahaplos at yumayakap sa akin?

Chapter 27

Rafael's POV

Pagkatapos nilang umalis ay tumayo na ako at nagbabad sa ilalim ng malamig na tubig sa shower. Tumitibok pa rin sa sakit ang ulo ko kaya uminom ako ng gamot . Galit na mukha ni Lola ang sumalubong sa akin, pagkalabas ko ng kwarto. Napansin ko ang kapirasong papel na hawak niya.

"Where's Angela!" Sigaw niya sa akin. Ngayon ko lang siya nakitang ganito kagalit sa akin.

"Pina-alis ko na siya grand—"

Naputol ang pagsasalita ko nang bigla niya akong sampalin. Napahawak ako sa aking pisngi.

"Kung alam ko lang na ganito ang gagawin mo sa kanya hindi ko na sana siya ipinakasal sa'yo!" Galit na singhal niya sa akin.

"Grandma, ano ba nakita mo sa babaeng yun at gustong-gusto mo siya? Hindi mo nga alam kung sino ang mga magulang niya diba? Bakit parang mas mahal mo pa siya kaysa sa akin?"

Nangilid ang mga luha niya habang nakatingin sa akin.

"Mahal? Kung hindi ko iniisip ang nararamdaman mo pinakaladkad na kita dito Rafael! Yung asawa mo iniwan mo sa araw ng kasal niyo! Nag-intay siya sa pagbabalik mo! Tapos paalisin mo siya? How could you do this to her! Inampon ko siya dahil nakita ko ang sarili ko sa kanya!" Tuluyan ng umiyak si Lola.

"What do you mean grandma?" Kunot noo na tanong ko.

"I was an orphan too, bago ko nakilala ang Lolo mo. Kahit galing siya sa ampunan, alam kong mas matino siyang babae kaysa sa mga nakakasalamuha niyo. Hindi mo ba maintindihan? Gusto kong umalis sa mundong ito at iiwan kita sa babaeng alam kong aalagaan ka." Humihikbing sagot ni Lola. Hindi ko alam na galing pala siya sa ampunan. Dahil hindi naman niya naikwento sa akin yun. At matagumpay ang negosyo na hinawakan nila ni Lolo.

"Grand—"

"Find her……kung ayaw mo sa kanya. Ihahanap ko siya ng mas karapat-dapat para sa kanya." Seryosong wika ni Lola na ikinagulat ko. Magsasalita pa sana ako pero tinalikuran na niya ako.

Tumuloy ako sa bar ni Xandro. Mahalaga sa akin si Lola dahil mula nang mamatay sila mom and dad ay siya na ang nag-alaga sa akin. Alam kong magagalit si Lola. Pero hindi ko akalain na pati ako napagbuhatan niya ng kamay sa galit.

Pagpasok ko sa bar ay natanaw ko na agad si Xandro habang kausap ang manager niya.

"Bakit ka nandito? Don't tell me hindi ka pa nakuntento sa pangugulo mo kagabi? Kung gusto mong maglabas ng sama ng loob wag mong idamay ang negosyo ko." Sumbat ni Xandro pagkakita sa akin.

"Help me. I know marami kang connection. Tulungan mo akong mahanap si Angela." Seryosong sabi ko sa kanya. Napalabi siyang tumingin sa akin.

"Nagbago na ba ang isip mong bitawan ang asawa mo? Bakit? Dahil ba sa ginawa mo kagabi sa kanya na pagkatapos mong gamitin ay pinapirma ng annulment?" Nakangising wika ni Xandro na nagpakunot ng noo ko.

"What do you mean? Wala akong ginawa sa kanya Xandro. Pagkabigay ko sa kanya ng annulment paper ay siguradong pinirmahan na niya agad yun at umalis. Dahil alam kong matagal na niyang gustong umalis sa mansyon. Kaya nga sinama ko si Maymay kagabi." Paliwanag ko. Pilit kong inalala ang nangyari kagabi.

"Sigurado ka?" Tanong ni Xandro na may ngisi sa labi.

"Oo naman. At sigurado akong si Maymay ang kasama ko. Hindi ko lang matandaan dahil nakapatay ang ilaw at maliit na lampshades lang ang nakabukas sa kwarto namin. Sobrang kalasingan ko din."

"Rafael...... masyado kang naging malupit sa asawa mo. Kausap ko lang kanina si Maymay at sinabi niyang inihatid ka lang niya kagabi dahil ang asawa mo ang nabungaran niya. Ang ibig sabihin hindi mo alam na si Angela ang kasex mo kagabi?"

Napatayo ako sa upuan. Pilit na isinisiksik sa utak ko ang nangyari kagabi. Nalunod ako sa kalasingan. Ni hindi ko nagawang imulat ang mga mata ko habang nagtatalik kami dahil sa init na aking naramdaman. Ni hindi ko na matandaan kung paa--

"F*ck!"

Napasabunot ako sa aking sarili. Paano ko nagawang kalimutan ang nangyari kagabi? Paano! Matagal kong kinasabikan yun bago kami ikinasal. Bago ko nalaman ang tungkol kay Lalaine ay inamin kong nahulog ako sa kanya. Basta ko na lang siyang iniwan dahil nakonsensya ako sa nangyari kay Lalaine. Ito na ba yung sinasabi ni Lalaine sa akin noon?

"Pa-kingan mo ang tibok ng puso mo.....nasasalamin sa mga mata mo ang tunay mong nararamdaman..,"

"Sh*t! Ang g*go ko!"

Tinaob ko ang mesa na nasa harapan at nakakuha ito ng atensyon sa karamihan. Ngunit nakatingin lang sa akin si Xandro.

"Don't worry. I will help you…" Wika niya. Sabay tapik sa balikat ko. "Basta bayaran mo lahat ng nasira mo. Business is business."

Wala kaming sinayang na sandali. Kaagad na pinagalaw ni Xandro ang mga connection niya upang tulungan akong hanapin si Angela. Ganun din ang ginawa ko.

"Bakit ka nandito?" Kunot noo na tanong sa akin ni Bernard. Sumugod ako sa opisina niya. Hindi ko inaasahan na nandun din si Inigo.

"Did you find her?"

"Who?"

"Damn it! My wife Angela!" Singhal ko. Nakita ko ang pag-angat ng sulok ng labi ni Inigo. Kaya umigting ang panga ko at sinamaan siya ng tingin. Tumayo siya at hinarap ako.

"Tama ba ang narinig ko? Wife?" Nang-uuyam na tanong niya.

"Sagutin niyo na lang ang tanong ko."

"Sinabi na sa amin ni Xandro ang lahat, Rafael. Ikaw ang nagpa-alis sa kanya. Kaya kung mahanap man namin siya ay hindi namin siya ibibigay sa'yo." Sabat naman ni Bernard. Lalo akong nakaramdam ng galit. Mabilis kong hinila ang kwelyo ng suit niya.

"Nangako tayong irerespeto ang bawat isa! Alam niyong mahalaga sa akin si Angela kaya pinagkatiwala ko siya sa inyo. Pero kapag nalaman kong itinatago niyo siya sa akin. Kalimutan niyo ng kaibigan niyo ko! At babawiin ko siya sa inyo kahit ano pa ang kapalit!"

Pagkatapos kong sabihin yun ay kaagad na rin akong lumabas ng opisina niya. Nagbakasakali akong makikita ko siya sa bawat kalsadang dinadaanan ko.

"F*ck Angela! What did I do to you!"

Chapter 28

Angela's POV

Masaya akong nakatungtong na ulit ako sa airport ng pilipinas. Isang taon na rin ang nakalipas. Kalalapag lang ng eroplano na sinakyan namin mula sa Korea. Isang linggo matapos akong iuwi ni Ma'am Freida sa mansyon nila ay lumipad na agad kami patungong Korea. Para sa skin care products na dene-develop ng malaking companya doon at exclusibong nakapangalan sa 'Amore Corporation' ang kompanyang pagmamay-ari ng asawa ni Ma'am Frieda na si Sir Augusto Perfetti isang half italian at and Filipino.

Hindi ko alam kung paano ako naka-alis ng pilipinas na walang sapat na dukomento. Basta ang sabi sa akin ni Ma'am Frieda siya na raw ang gagawa ng paraan. Gamit ang pangalang Marinor Velez ay nagawa kong maka-alis ng bansa.

Ako ang nagsilbing secretarya ni Ma'am Frieda. Taga sagot ng tawag at taga check ng appointments niya. Naging mabuti sila sa akin kaya ginawa ko ang lahat para suklian yun. Sobra-sobrang tulong ang nabigay nilang mag-asawa sa akin. Mabait parin ang diyos dahil hindi niya ako pinabayaan. Palagi din akong nagpapasalamat sa lahat ng biyaya na natatangap ko maliit man ito o malaki.

Isa ang Amore Corporation sa pinakatanyag na skin care products sa Asia maging sa iba pang western country at marami ding tumatangkilik dito na mga sikat na artista, modelo at iba pang kilalang personalidad.

Pinasubok pa sa akin ni Ma'am Freida ang mga 'yon. Hindi nakakapagtaka na mamahalin talaga ang produkto ng Amore dahil epektibo ito sa kahit ano mang skin types. Napansin ko din ang pagbabago ng balat ko. Sabi ni Ma'am Frieda ay pwede na rin daw niya ako gawing ambassador ng naturang produkto. Pero nginitian ko lang siya sa papuring yun dahil. Alam kong wala pa ako sa kalingkingan ng mga endorser nila.

"Mom, bakit kailangan na nating umuwi agad? Hindi ko man lang na-enjoy ang jeju island akala ko pa naman magiging bakasyon na natin yun." Reklamo ni Athena. Siya ang nag-iisang anak ni Ma'am Frieda at Sir Augusto. Limang taon ang agwat ng edad niya sa akin at napakaganda din niya. Pero mas kamukha niya si Sir Augusto. Sa unang tingin nga hindi mo aakalain na may lahi siyang pinay dahil mukha talaga siyang italyana. Napaka-kinis din ng kanyang balat. Isa din kasi siya sa mga modelong nag-eendorso ng produkto ng Amore.

"Athena, pwede ka naman bumalik doon anytime anak. Kung gusto mo isama mo si Marinor. Puro trabaho kasi ang inatupag niya noong umalis tayo kaya siguradong hindi na niya na-enjoy ang winter season doon." Nakangiting paliwanag ni Ma'am Frieda. Simula nang dumating kami sa Korea ay Marinor na talaga ang tawag niya sa akin. Kaya medyo nasasanay narin ako sa kanya.

"By the way Mom, nandito na tayo sa pinas. Why you're still calling her Marinor?" Nagtatakang tanong nito.

Kinwento ko kasi na kanya ang nangyari sa akin. Na lumaki ako sa bahay ampunan at inampon ng isang mayamang pamilya. Naikwento ko din ang pagpapakasal ko kay Rafael Valdez kaya alam lahat ni Ma'am Frieda ang past na nangyari sa akin.

"Because, I want her to start a new life with us. Kapag bitbit niya parin ang pangalang yun maaalala lang niya ang masasakit na nangyari sa kanya."

Napatingin ako kay Ma'am Frieda. Medyo hindi ko kasi naunawaan ang sinabi niya.

"You mean hindi na siya si ate Angela Valdez?" Kunot noong tanong ni Athena.

"Yes, she's now Marinor Velez. Gagawin kong legal ang pangalan niya dito para hindi na tayo mahirapan ulit kung pupunta tayo ng ibang bansa. Gusto kong makalimutan na niya ang lahat ng masasakit na nangyari sa kanya."

Sa loob ng isang taon na pananatili namin sa ibang bansa ay ginugol ko ang lahat ng oras ko sa trabaho. Tama si Ma'am Frieda dapat sapat na ang isang taon para makalimutan mo ang mga masasakit na ala-ala. Pero may bahagi parin sa puso ko na itinabi ko para sa kanya. Siguro in time kusa na lang din mawawala yun. Sana nga, wala akong balita kung ano ang na ang nangyari sa kanya. Pero sa ngayon, isa lang ang gusto kong mangyari. Ang suklian ng kabutihan ang ipinakita nilang pagmamahal sa akin. Kaya gagawin ko ang lahat para sa tiwala nila.

"Kumain muna tayo namiss ko ang pagkaing pinoy." Wika ni Ma'am Frieda.

Pagkagaling namin sa airport at may nadaanan kaming malaking restaurant na purong pinoy ang menu. Kahit napayaman nila ay hindi pa rin maiaalis sa kanila ng kumain ng pinoy dishes. Kahit ako ay ganun din. Iba parin talaga pag pagkaing pinoy ang nakahain. Mas mapapadami ka ng kain. Mabuti na lamang at hindi naman ako tabain napasin ko din na bukod sa kuminis ang balat ko ay nagkaroon na rin ako ng laman. Malaki na rin ang pinagbago ko sa pananamit dahil tinulungan ako ni Athena na baguhin yun.

Mula sa pagiging manang at simple. Ngayon hapit na hapit na ang mga dress na suot ko. Bukod doon ay kaya ko narin magsuot ng high heels. Sabi sa akin ni Athena. A good shoes takes you in a good places.

Pagpasok namin sa restaurant ay umorder agad si Ma'am ng Pork adobo, sinigang at liempo. Tinanong pa niya ako kng ano ang gusto kong dessert. Pero si Athena ang sumagot at halo-halo ang napili namin.

Wala pang sampung minuto ay dumating na agad ang order namin. Hindi namin kasama si Sir Augusto dahil nauna na itong umuwi. Nasa Amore Corporation siya ngayon at inaantay ang pagdating namin.

"Ang sarap talaga!" Nangangasim na wika ni Athena para parin siyang bata sa edad niyang dise-sais ay dalagang-dalaga na siya kung kumilos lalo pagdating sa trabaho. Home schooling lang siya dahil ayaw niyang makisalamuha sa maraming tao. MAs gusto niya pang tulungan si Ma'am Frieda at sir sa negosyo kaya. Pinag-aaralan din niya kung paano patakbuhin ito.

"Namiss mo din ba ang pagkaing pinoy Marinor?" Nakangiting tanong ni Ma'am Frieda.

"Opo Ma'am ay este! Tita Frieda po pala." Nahihiyang pagtatama ko. Simula noong umuwi ako sa kanila. Lagi niyang sinasabi sa akin na Tita na lamang itawag ko sa kanya. Pero hangang ngayonay hindi ko parin makasanayan dahil nahihiya pa rin ako at isa pa mataas ang respeto ko sa kanilang pamilya.

"Ate Marinor.... Wag ka ng mahiya. Simula noong inampon ka ni Mommy. Naging palagay na ang loob namin sayo. Siguro kung makikita ka ng dati mong asawa hindi ka na niya makikilala pa." Saad niya. Alam ni Athena na nagkaroon ako ng asawa at kung paano natapos ang relasyon namin. Pero tanging si Tita Frieda lang ang nakaka-alam na isang sikat na business tycon na si Rafael Valdez mabuti na lamang at hindi na niya ako kinulit ng tungkol doon dahil ayoko na rin namang pag-usapan pa ang bagay na yun. Unti-unti na akong nakakamove-on at inaayos ang buhay ko pati na rin ang puso ko.

Pagkatapos naming kumain ay nagpaalam muna akong pupunta sa banyo. Mahaba pa rin kasi ang byahe namin pauwi sa bahay nila. Nauna narin sila sa kotse at intayin na lang daw nila ako doon.

Pagkalabas ko ng banyo ay nagulat ako dahil sa mainit na braso na humawak sa akin mula sa likuran.

"A-angela?" Kunot noo na tanong niya sa akin na ikinaputla ko pero nilakasan ko ang loob ko na hindi niya mapansin ang pagbabago ng itsura ko. Sa dinami-dami ba naman ng pwedeng makita bakit si Fernan pa!

"I'm sorry, I'm not Angela." Sambit ko. Niluwagan niya ang hawak niya sa braso ko kaya nagawa kong hilahin. Mabilis ko siyang tinalikuran at lumabas na rin ako sa restaurant.

Maliit talaga ang mundo. Naniwala kaya siyang hindi ako si Angela?

Chapter 29

Angela's POV

Pagkarating namin sa malaking bahay nila Tita Frieda ay dumiretso na ako sa aking kwarto. Napagod kasi ako sa mahabang byahe namin. Inayos ko lahat ng aking gamit pagkatapos ay naligo muna ako bago magpahinga.

Habang nakahiga ako ay naalala ko na naman ang nangyari kanina. Isang beses lang kaming nagkita ni Fernan kaya malabong makilala niya ako.

Hindi ko alam kung bakit nag-aalala ako gayong hiwalay na naman kami ni Rafael. At sigurado naman ako na nakalimutan na rin ako ni Rafael. Pero sa uri ng tingin niya sa akin ay parang may gusto siyang sabihin sa akin.

Sa sobrang pagod ko ay hinila na rin ako ng antok.

Kinabukasan alas-sais pa lamang ng umaga ay gising na ako. Tumuloy ako sa gym na nasa loob ng bahay upang magpapawis. Pagkatapos ng isang oras ay nagpahinga muna ako habang tinatanaw ang magandang tanawin sa veranda.

Malawak ang lupa na kinatatayuan ng bahay nila Tita Frieda. Siguro nasa five hundred square meter ang lawak ng buong bahay kasama na hangang gate.

Papasok na sana ako sa loob nang matanaw ko ang isang itim na sasakyan sa labas ng malaking gate. May nakita ko din ang isang lalaking nakasumbrero at naka-shades na nakasandal doon.

Bigla na naman akong inatake ng kaba. Dulo na kasi ang bahaging ito ng subdivision kaya imposibleng may tatambay sa labas ng bahay nila tita Frieda. Ang mas kahina-hinala pa dito ay pakiramdam ko nasa akin ang tingin niya dahil hindi na siya gumagalaw mula sa kinatatayuan niya.

Bigla akong kinilabutan kaya kaagad akong pumasok sa pinto. Mahigpit ang security ng bahay ni Tita Frieda kaya kampante parin ako. Palagi din kaming may driver at bodyguard kaya kahit saan kami pumunta ay safe naman siguro kami.

Ipinasya kong maligo na rin pagkatapos ay bumaba na ako sa kusina. Naabutan kong nagbabasa si Tito Augusto ng newspaper. Samantalang si Tita Frieda ang naghahanda ng almusal. May mga kasambahay naman sila pero mas gusto ni Tita Frieda na siya ang mag-asikaso sa mag-ama niya kapag nasa bahay ito.

Napakaswerte ni Tito at Athena sa kanya. Bukod sa napakabait niya sa akin. Ay mabuting Ina at asawa din ito. Hindi ko tuloy maiwasan ang mainggit. Kung ano kaya ang pakiramdam ng may pamilya.

"Good morning po." Nakangiti kong bati sa kanila. Tumango lang si Tito at ngumiti naman si Athena.

"Nakatulog ka ba ng maayos?" Tanong ni Tita.

"Opo Tita. May ipapagawa po ba kayo?"

Umupo ako sa harapan at kumuha ng pancake.

"Ate, naalala mo ba yung sinabi ni Mommy na gagawin kang brand model ng Amore Whitening skin care products?" Nakangiting tanong ni Athena.

"Ha? Oo pero napag-usapan na namin yun ni Tita."

"Hindi naman ako pumayag na tangihan mo yun Marinor." Saad ni Tita na ikinagulat ko.

"Ibig pong sabihin. Nakapagdesisyon na po kayo na ako ang kukunin niyo?" Di makapaniwalang tanong ko. Bumaling naman si Athena sa akin.

"Why not? Wala pa kaming nagiging modelo na kasing ganda mo at sexy Ate. Kung pwede nga lang ako kaso ayaw naman ni Dad na magsuot ako ng revealing outfit sa photoshoots. Kapag nasa tamang edad na lang daw ako. Kaya tamang pang mild whitening face cream na lang ang beauty ko." Nakangusong sabi ni Athena.

Natatawa naman si Tita nakatingin sa kanya.

"Ano pong ibig sabihin ni Athena na revealing outfit? Saka marami naman pong modelo at magandang artista na pwedeng maging endorser ng empress." Wika ko.

"We want fresh face Marinor, and besides your perfect for the products. Bukod dun ginagamit mo din yun, kaya siguradong maraming tatangkilik sa 'Empress' skin care ng Amore." Seryosong saad ni Tito. Kapag siya na ang nagsabi parang wala na akong magagawa pa kundi sundin dahil matagal na rin naman akong kinukumbisi ni Tita Frieda.

"Castle ang magiging tema ng photoshoots at pinaghandaan talaga ng Amore ang pagla-launch ng

'Empress' kaya sana paghanda mo din ang magiging outfit mo sa araw na yun." Dagdag naman ni Tita.

"Don't worry Mommy. Ako na ang bahala kay ate Marinor." Nakangiting wika ni Athena.

Isang linggo lang ang lumipas at nakahanap na kami ng perfect location. Sa Batanes gaganapin ang photo shoots. Maayos din ang setting ng lugar pinaghalong greek with royal touch ang naging theme kaya lalo akong kinabahan kung kakayanin ko bang panindigan ang maging modelo ng Amore. Bukod sa magaganda at kulay berdeng bundok ay nasa harapan pa kami ng kulay asul na dagat. Masarap din ang simoy ng hangin sa buong paligid kaya bukod sa nakakarelax na ambiance ay hindi ko maiwasan ang mamangha. Kung binigyan lang din sana ng halaga ang natural na ganda ng tanawin sa pilipinas siguro mas marami pang makikitang kulay berdeng bundok at malinis na ilog at dagat ang pilipinas.

Halatang pinag-trabahuan talaga ng staff ang gagawing photo shoots. Ako lang ata ang hindi pa rin handa. Tatlong araw din akong sinanay na mag-project sa harapan ng camera. Pero mas nakakaba pala pag actual na.

"Wag kang kabahan Ate. Just look at the camera and feel it. Kung gaano ka kaganda pati narin ang katawan mo." Wika pa ni Athena.

Suot ko ang mamahaling kulay pulang elastic satin dress na exposed ang balikat, tiyan at hita sa tuwing lumalakad ako.

"Okay are you ready, Marinor?" Tanong ng Photographer.

"Yes" Nakangiting sagot ko pero kinakabahan pa rin ako.

Limang minuto din ata ang inabot bago siya na-satisfy sa posed ko. Nakatulong din ang banayad na hangin sa suot ko kaya naging mas maganda ang kinalabasan ng lahat ng larawan.

Bukod doon kinuhanan din nila ako ng video kung saan naglalakad ako sa gilid ng bundok overlooking ang asul na dagat bilang background at pati na rin sa mataas na bato kung saan humahampas pa ang malakas na alon. Suot ako kulay pulang damit na mahaba ang laylayan sa likuran halos kalahati ng katawan ko ang exposed tanging dib-dib pababa ang natatakpan. Yun daw kasi ang ilalagay nila sa mga advertising online. Pati narin sa international television. Kaya mas pinaganda din nila ang make-up ko. Parang naging modern royal empress ang naging itsura ko dahil na rin sa pangalan ng brand na pino-portray ko.

Siguradong tatlong araw mula ngayon ay kakalat ang mga larawan ko online bago magkaroon ng launching event ng 'empress' brand sa Amore Corporation.

Chapter 30

Rafael's POV

I am now looking at the most beautiful girl in my eyes. She's wearing a red shining dress, revealing every inch curves of her body. Walking like a fragile crystal. And smiling like an angel in front of every people in this huge events. Where she is the center of attractions.

Nang makita ko siyang bumaba sa mamahaling kotse habang inaalalayan ng isang koreanong business man na si Kim Jang Jun. Isa sa pinakabatang Ceo na naka base sa Korea. Ay gustong-gusto ko nang takbuhin siya at agawin ang kamay ng babaeng mahal ko.

Isang taon,

Isang taon ko ng hinahanap ang babaeng hindi ko matagpuan.

Ang babaeng basta ko na lang pinaalis at sinaktan.

Kulang na lang baliktarin ko ang buong Pilipinas mahanap ko lang siya. I was too desperate to ser her again.

Nasa abroad ako, because of expanding our hotelier business when Xandro called me.

"I found her." He said.

Nang marinig ko yun sa kanya ay tumigil ang mundo ko. Kaagad akong umuwi kahit nasa kalagitnaan pa ako ng meeting. Kung alam lang niya kung paano ko naitawid ang isang taon. I almost lost myself but because of my friends and grandma. Pinilit kong lumaban at hanapin parin siya. Hindi ako sumuko, araw-araw akong humingi ng update sa sampung investigator na binayaran ko. Tapos si Fernan lang pala ang makakakita sa kanya. Noong una palang niyang kita dito ay itinanggi daw ni Angela ang pangalan niya. Kaya tinulungan niya akong alamin ang lahat. Pagkarating na pagkarating ko sa Pilipinas ay agad kong inalam ang lahat. Kung paano siya napunta sa may-ari ng Amore Corporation. Kung bakit hindi namin siya mahanap. Dahil pala yun sa pagpapalit niya ng pangalan. At pagdala sa kanya sa Korea.

Damn! Kung alam ko lang na nasa Korea siya. Hindi na sana ako naghirap ng ganito.

Mas lalo akong nabaliw nang makita ko siya sa mismong website ng Amore. Pati na rin ang lahat ng larawan niya sa magazine ay hindi ko pinalampas. I was staring her pictures almost every hour thinking the perfect time to see her again.

I almost cried like crazy looking her beautiful pictures. Ang babaeng pinilit na ipakasal sa akin Grandma. Her angelic and innocence face na kahit minsan ay hindi nawala sa isip ko. Sinabi ko rin ang tungkol sa kanya kay Grandma at gustong-gusto niya itong makita. Halos isang buwan din akong hindi kinausap ni Grandma dahil sa pagpapaalis ko kay Angela. Pumunta na rin kami sa bahay ampunan noon umaasa na nanduon lang siya pero bigo kami. And now, I am looking at her, smiling to Mr. Kim. Hindi ko maiwasan ang pag-igting ng aking panga sa tuwing makikita ko ang paghawak niya sa beywang ni Angela. Para bang sinasabi niyang sa kanya ang babaeng hawak niya at walang pwedeng umangkin sa kanya. Inaamin kong napakagwapo din nito lalo sa suot nitong dark suit pero. Hindi ako papayag na malamangan ng kagaya niya. I have my ways of owning my wife again. Mula sa malayo ay kitang-kita ko ang lahat ng pagalaw niya. How she walk gracefully in front of the crowd including Mr. Kim na hindi man lang inaalis ang tingin sa asawa ko! Pati na rin ang pag-upo, pagtayo, at matamis niyang pag-ngiti sa mga bisita ng events.

"Are you ready?" Tanong ko sa waiter na lumapit sa akin.

"Yes, Sir. Siguradong after five minutes makakaramdam na siya ng pagkahilo." Sagot niya.

"Okay, make sure everything is under my control." Bilin ko bago niya ako iwan.

Hindi ko na matagalan ang pagtitig sa kamay ni Mr. Kim na nakapaikot sa beywang ni Angela. Kung meron lang siguro akong super power ni-laser ko na yun para mabutas.

I don't have plan to hurt her. Like I promise to Bernard at Inigo. Nagkaintindihan na kami. Matagal bago ko ipinaintindi sa kanila ang lahat. But I want my wife back to me kahit ano pa ang mangyari. Sila na mismo ang nagbigay ng tauhan sa akin para magawa ko ang plano.

Tonight…..you will be mine Angela until forever.

Nakita ko kung paano kumilos ang mga nakatalagang tauhan ko sa events. Mahirap siyang lapitan dahil sa mga bodyguards ni Mr. Perfetti. Pero kayang-kaya naming manipulahin ang mga mangyayari. Na shutdown narin namin lahat ng cctv sa lugar.

I know this is dangerous, but waited one long years is enough to end living in lifeless mode.

Tatlong minuto na ang nakalipas mula nang ibinigay ng waiter ang cocktail drink kay Angela. Napansin ko ang pag hawak niya sa kanyang noo. Lumapit siya kina Mr. ang Mrs. Perfetti at nagpaalam. Nakita ko pa ang paghawak ni Mr. Kim sa kamay niya. Pagkatapos ay binitawan din niya ito. Hindi ko alam kung anong relasyon nila pero kung meron man ngayon palang tutuldukan ko na yun!

Damn! Shes mine!

Kaagad akong tumayo mula sa malayong upuan at sinundan ang tinatahak niyang daan. Mabuti na lamang at sa mamahaling hotel nila ginawa ang launching ng bagong produkto ng Amore. Sigurado akong patungo na siya sa kanyang VIP room. Nakasunod lang ako sa mahinang hakbang niya. Habang pilit na nilalabanan ang pagkahilo.

Siguro para na rin siyang dinuduyan ngayon dahil malapit ng mag-limang minuto mula nang inumin niya ang alak na yun.

Napahinto siya sa paglakad at sumandal sa dingding ng hallway.

Bago pa siya mawalan ng malay ay naging maagap ako sa pagsalo sa kanya. Kaagad ko siyang binuhat at dumaan ako sa likod na daan upang hindi makaagaw ng atensyon.

Mabuti na lamang at umaayon ang lahat sa plano. Naka-alalay naman ang mga tauhan kong haranging kung sino man ang magta-tangkang bawiin siya sa akin.

Buhat-buhat ko pa lang siya pero kakaibang ligaya na ang aking nararamdaman. Kung pwede ko lang siyang halikan ngayon gagawin ko na. But it's worth to wait for that moments.

Mabilis ang naging kilos ko nang makalabas na kami sa naturang building kaagad namang sumulpot ang mamahaling sasakyan ko na sasakyan namin patungo sa nag-aantay na helicopter. Upang dalhin siya sa malayong isla. I am not planning to return her, until she decided to be with me again.

To be with my wife again.

Chapter 31

Angela's POV

Napangiti ako dahil sa pamilyar na bangong naa-amoy ko. Naramdaman ko din ang mainit niyang hininga sa pagitan ng aking leeg.

"Hmmm"

Di ko maiwasan ang mapanga-ungol ng maramdaman mainit at malambot niyang labi sa aking labi. Magaan lang ang halik pero nag-uudyok sa akin na tugunin ko yun. Hangang sa bumaba iyon sa aking panga, leeg at balikat. Naramdaman ko ang marahan niyang pagbaba sa manipis na tela sa aking balikat at ang paghapit pa niya sa katawan ko. Higit sa lahat ang matigas na bagay na kumikiskis sa hita ko.

Halik?

Kamay?

Yakap?

Ano yun?

Bigla akong napamulat ang inakala kong panaginip ay totoo palang nangyayari ngunit ganun na lang ang pagkabigla nang magtama ang mata naming dalawa.

"Hi mahal, goodmorning." Nakangiting bati niya sa akin.

"Ahhhh!"

Kaagad kong sinipa ang junjun niya sa pagkabigla.

"Oh! Sh*t!" Galit na mura niya sabay tayo sa pagkakapatong mula sa akin.

"Rafael anong ginagawa ko dito?! Bakit ako nandito?! Anong gagawin mo sa akin?! Paanong?

Ang huli kong naalala ay ang pag-tikim ko ng cocktail drink na yun sa party pagkatapos nag-paalam na ako sa kanila dahil nakaramdam ako ng antok umakyat ako sa room para magpahinga ng biglang? Napalingon ako sa glass wall mula sa hininigaan kong kama ay tanaw na tanaw ang kulay puting buhangin at kulay asul na dagat.

"Oh, noooo!"

Bumaba ako sa kama at sinugod ko siya.

"Walang hiya ka! Saan mo ako dinala! Ibalik mo ako kila Tita!" Sigaw ko habang hinahampas ko siya ng kamay ko.

"Angela, huminahon ka andito tayo para mag honey moon!"

Nanlaki ang mata ko sa sinabi niya. "Honeymoon? Sira ba yang toktok mo?! Anong honeymoon ang sinasabi mo? Hiwalay na tayo kaya ibalik muna ako sa amin!"

Patuloy ako sa paghampas sa dibdib niya nang hulihin niya ang dalawang kamay ko.

"Hindi tayo hiwalay! Iniwanan mo ako pagkatapos ng nangyari sa atin!"

Napa-awang ang labi ko sa sinabi niya. Bumalik sa alaala ko ang nangyari sa amin noong gabing yun. Ang pag-angkin niya sa akin at ang pagpapaubaya ko.

"No, hindi na importante sa akin kung ano man ang nangyari noon. Tahimik na ang buhay ko at masaya na ako sa ngayon kaya ibalik mo na ako kila Tita Frieda!"

Buong lakas kong hinila ang kamay ko na hawak niya. Tinungo ko ang pinto at binuksan ko agad. Hindi ko alam kung nasan ako basta ang importante sa akin maka-alis ako dito. Siguradong naghihintay na sila Tita sa akin. Baka nag-aalala na sila kung hindi ako uuwi.

Pagkababa ko ng hagdan ay tumambad sa akin ang kulay puting sala. Kagaya ng kwartong pinangalingan ko, akala ko nasa hotel ako ng resort pero pakiramdam ko nasa malaking bahay ako.

"Angela!" Tawag niya sa akin. Pero di ko siya nilingon.

Kailangan kong maka-alis dito! Hindi maari! Kidnapping ang ginawa niya! Nagpatuloy ako sa mabilis na paglakad nang buksan ko ang pinto.

Nakakamangha dahil bumungad sa akin ang derechong pinagdikit-dikit na kawayang tulay patungo sa dalampasigan. Sumasamyo din sa mahaba at kulot kong buhok ang mabining hangin mula sa lugar. Nagpatuloy ako sa paglakad at palinga-linga naghahanap ng pwede kung sakyan pauwi.

Pero kahit isang sasakyan wala akong matanaw. Nasan na ako! Bakit parang nasa isla ako? Walang ibang tao maliban sa amin?

"I'm sorry to tell you. Pero walang ibang way paalis dito kundi helicopter or bangka." Wika niya sa likuran ko. Nakasuot na siya ng short. Kanina kasi parang nakaboxer lang siya. Hindi ko napansin ang itsura niya kanina dahil sa pagkabigla ko. Ngayon ko lang napagmasdan ulit ang gwapo niyang mukha ang kanyang mga muscles sa katawan at ang kanyang hinulmang tiyan.

Hindi pwede! Ayokong maging marupok! Ayokong masaktan!

Matalim ko siyang tinignan. Ngunit nasa kabuohan ko ang tingin niya. Pakiramdam ko ay tumatagos sa suot kong da—

Napatingin ako sa suot kong manipis na pantulog. Nude color brown ang kulay at wala akong suot na pang-ilalim nasisinagan ng araw ang damit ko kaya halos hubad na rin ako sa kanyang harapan.

"Nice view, to start our honeymoon mahal." Nakangising wika niya. Kinagat pa niya ang ibabang labi. Pakiramdam ko ay pinamumuluhan na ako ng pisngi.

"Don't tell me ikaw din ang nagbihis sa akin?!" Galit na sigaw ko sa kanya.

"Tayong dalawa lang dito sa isla kaya. Yes."

Bago pa ako matunaw sa titig niya. Ay tinakpan ko na ang sarili ko ng dalawang palad at saka ko siya tinalikuran at bumalik sa loob. Ramdam ko ang pagsunod niya kaya hinarap ko siya pagkapasok namin. Pinigilan ko ang aking sariling magalit dahil baka lalo lang siyang magmatigas na hindi ako iuwi.

"Look Rafael, iuwi mo na ako. May nag-aalala sa aking pamilya. Marami akong commitments ngayon sa Amore. Kung ano man ang plano mo. Wag mo nang ituloy. Matagal na tayong tapos. Ibinigay ko na ang annulment na hinihingi mo. Kaya wala ng dahilan para magkita pa tayo naiintidihan mo?" Mahinahon na wika ko sa kanya.

Lumapit siya sa akin kaya umatras ako. Hindi ko alam kung hangang kailan ko pipigilan ang sarili ko. Pero alam ko pa rin ang tama at mali. Kaya hindi ako papayag sa gusto niyang mangyari.

"Wala kang ibang uuwian kundi sa akin dahil hindi pa tayo annul may bisa pa rin ang kasal natin at mag-asawa pa rin tayo." Nakangiting wika niya na nagpalaglag ng panga ko.

Hindi pa kami annul? Ibig sabihin legally married pa rin kaming dalawa?

"Ano bang sinasabi mo Rafael? Kung gusto mo ulit akong paglaruan, please lang maawa ka. Matagal bago kita nakalimutan at hindi na ako papayag na masaktan mo ako ulit." Nangingilid ang luha kong sabi sa kanya.

Halos ilang araw akong umiyak ng dahil sa kanya. Kahit abala ako sa trabaho. palagi ko pa rin siyang naiisip at nasasaktan pa rin ako dahil sa nangyari sa amin at kung paano niya ako pinagtabuyan noon. Kung wala si Tita Frieda at ang pamilya niya baka hindi ko kinaya pero mabait ang diyos at hindi niya ako pinabayaan.

"Nakalimutan mo na ba ang sinabi mo sa akin? Kahit kailan hindi ko mapapalitan sa puso mo si Lalaine. So anong palabas to Rafael?"

Tuluyan ng naglandas ang luha sa aking pisngi. Naging maagap siyang lapitan ako pero hindi ko na nagawang humakbang pa. Ikinulong niya ako sa matitipunong braso niya at hinalikan ang noo ko.

"I'm sorry, kung maaga ko lang sanang na-realize na mahal kita hindi na sana kita nasaktan pa. Kung hindi lang ako naguilty dahil sa nangyari kay Lalaine hindi na sana tayo aabot sa ganito. Please Angela.....Forgive me.....I want you back.... Be my wife again and I promise hindi na kita sasaktan muli."

Chapter 32

Angela's POV

"**M**ahal mo ako? Paano nangyari yun? Diba si Lalaine ang mahal mo noon?" Tanong ko sa kanya maatapos ko siyang maitulak sa pagkabigla.

"Simula ng makilala kita unti-unting nabuo ang pagtingin ko sa'yo. Mahirap ipaliwanag Angela, siguro kaya lagi kong gusto na makita ka at makasama dahil nabaling na ang atensyon ko sa'yo. Lalo na noong pinagtabuyan na ako ni Lalain at sinabi niyang hindi siya nagsisisi na iniwan niya ako. Natuon lang ang buong atensyon ko sa'yo kaya siguro gusto na rin kitang pakasalan. Pero nang malaman ko ang dahilan ng pag-iwan sa akin ni Lalaine. May bahagi sa pagkatao ko na gusto ko siyang puntahan at alagaan. Siguro dahil na rin sa pinagsamahan namin ng limang taon. Oo mahal ko siya ngunit sa pag-iwan niya sa akin nabawasan ang pagmamahal na yun. Pero nanatili siyang mahalaga kaya nagpasya akong alagaan siya.

Maraming beses kitang gustong tawagan ngunit pinipigilan ko ang aking sarili dahil alam kong masasaktan ko si Lalaine. Hindi siya manhid Angela. Alam ko na nararamdaman niyang gusto na rin kitang makita at makausap. Kaya hindi ko siya binigyan ng hinala. Kaya si Inigo at Bernard ang kina-usap ko para bantayan ka. Ngunit nang mamatay si Lalaine at sinabi niya sa akin ang lahat bago siya mawalan ng hininga. Pakiramdam ko hindi naging sapat ang ginawa ko kaya siya nawala. Pakiramdam ko nasaktan ko siya kaya hindi na niya pinilit na lumaban. Sinisi ko ang aking sarili. That's why I decided to file for annulment. Because I don't want to hurt you, habang nakakulong pa rin ako sa alaala ni Lalaine. Nagdesisyon akong pakawalan ka para makapag-umpisa ka ng sarili mong buhay. Pero hindi mo tinangap ang tulong na inalok ko sa'yo. Sa halip umalis ka ng walang laman ang bulsa and it hurts me more! Sinugod ako ni Lola at pilit ka niyang pinapabalik sa akin. Saka ko nalaman na ikaw ang kasama ko noong gabing yun."

Hindi ko napasin nag-uunahan na palang maghulog ang aking mga luha. Sa bawat salitang lumalabas sa bibig nya. Hinawakan niya ang pisngi ko at pinagdikit niya ang noo namin.

"I'm too desperate to find you....Sa loob ng isang taon na hinanap kita para na akong mababaliw..." Paos na bulong niya sa akin.

"How did you find me?" Naiiyak na tanong ko.

"Si Fernan...alam niyang hinahanap kita. Kahit may hindi kami pinagkaka-unawaan nagawa niyang sabihin sa akin na nakita ka niya. At hindi siya kumbinsido na hindi ikaw si Angela. Kaagad akong umuwi kahit nasa kalagitnaan pa ako ng meeting... Saka ko inalam kung bakit hindi kita nakita at bakit iba na ang pangalan mo...Alam kong hindi ka papayag na bumalik sa akin kapag kinaladkad kita sa lalaking koreano na yun. Kaya mas minabuti kitang dalhin dito."

"At ano ang gusto mong mangyari? Ang bumalik ako sa'yo? Paano ang naging buhay ko sa lumipas na taon? Paano na ang pamilyang kumupkop sa akin? Paano ko sila tatalikuran?"

"Angela, I can give you time to decide, kung ano ang gusto mong gawin. Pero hindi ako papayag na umuwi tayo nang hindi ka nag-dedesisyon na bumalik sa akin. So that, I'll give you six hours to decide."

Nanlaki ang mga mata ko sa sinabi niya. "Six hours lang?! Paano kung hindi ako pumayag na bumalik sa'yo sa loob ng six hours?!" Inis na singhal ko sa kanya.

"Still, wala ka pa ring pagpipilian kundi ang bumalik sa akin. Sapat na ang haba ng anim na oras na yun sa pasensya ko."

Kunot noo ko siyang tinignan. Anong pasensiya? Sasaktan ba niya ako kapag hindi ako pumayag?

Napaatras ako sa kanya. Anim na oras niyang hihintayin ang desisyon ko? At kailangan kong pumayag dahil wala naman akong choice? Isa pa asawa pa rin niya ako.

"Prepare yourself, it's going to be a tiring night later." Nakangisi niyang sabi.

"Why?" kinakabahan kong tanong.

"Nag-umpisa na ang anim na oras mo. At matatapos yun mamayang seven pm. Tamang-tama pwede pa tayong mamasyal at libutin 'tong isla." Nakangiting wika niya.

Iniwan niya ako sa kwarto dahil bababa daw siya para ihanda ang almusal kasama na ang tanghalian namin. Kaya naligo na muna ako. Sinabi din niya na may mga bagong damit at undies din akong nakalagay sa kabinet. Nang tinanong ko siya kung paano niya nalamang ang sukat ng katawan ko. Ay sinabi lang niyang kakatitig daw niya sa magazine at kakapanuod ng video ko online. Na-imagine na daw niya kung ano ang sukat ng katawan ko. Kaya sinabihan ko siyang pervert na ikinatawa naman niya. Ngayon ko lang nakita ang ganitong side ni Rafael. Punong-puno ng emosyon ang kanyang mga mata sa tuwing tumitingin siya sa akin. Minsan tuloy hindi ko maiwasan ang ma-conscious dahil sa paraan ng pagtitig niya at pagkagat ng ibabang labi.

Hindi ko alam kung sinasadya ba niyang maging gwapo sa harapan ko o talagang yun ang tingin ko sa kanya. Ngunit kinakabahan pa rin ako. Baka sa likod ng mga ngiti niya ay masaktan na naman ako. Pero bakit ko nga ba alalahanin yun? Hindi pa naman ako nagdedesisyon.

Pagkatapos kong maligo ay sinuot ko ang magaan na halter neck dress na kulay puti na nakita ko sa cabinet. Hangang talampakan ang haba nito at may bulaklakin din na desenyo.

Hapit din sa katawan ko at nakalabas naman ang buong likod ko. Hindi na ako nag-abalang maglagay ng bra dahil makapal naman ang bandang dibdin kaya hindi halata ang maliit kong tuktok.

Pagkababa ko pa lamang ng hagdan sa akin na ang atensyon niya. Lalo tuloy akong nahiya dahil pinasadahan niya ako ng tingin mula ulo hangang paa.

"Kung ganito ba naman kaganda ang bubungad sa akin every morning tapos nasa paraiso pa ako. Mas gugustuhin ko pang wag nang bumalik sa syudad."

Nakangiting wika niya sa akin. Kakatapos lang din siguro niyang maghanda ng pagkain. Naamoy ko din ang masarap hinain niya. Hindi ako makapaniwala na bukod sa kagwapuhan niyang taglay. Ay maasahan pa siya sa pagluluto ng pagkain. Sigurado akong masarap ang niluto niya. Dahil amoy pa lamang ay masarap na. Nagpatuloy ako sa pagbaba. At nilapitan ko siya.

"Nakapag-desisyon na ako Rafael."

Tumitig siya sa mga mata ko. Pero halatang kinakabahan din siya sa pwede kong sabihin sa kanya.

"Pumapayag na akong bumalik sa'yo."

Chapter 33

Angela's POV

Kung wala din naman akong pagpipilian kundi ang pumayag sa gusto niyang mangyari bakit ko pa patatagalin. Kahit nagdadalawang isip pa rin ako sa nararamdaman ko hindi dahil sa mahal ko siya kundi sa mga commitments na kailangan ko pang tapusin. Maraming mga naka-line-up na proyekto ang Amore sa akin dahil naging matagumpay ang launching ng empress products. Bukod sa tumaas ang sales ng Amore. Maganda din ang naging feedback ng mga gumamit nito. Bukod doon magiging abala ako sa Amore dahil yun ang sinabi ni Tito sa akin. Pinagkatiwalaan nila akong maging ambassadress ng Amore kaya hindi ko sasayangin ang tiwalang ibinigay nila sa akin.

"Really? Pumapayag ka ng bumalik sa mansyon?" Di makapaniwalang tanong ni Rafael. Kitang-kita ko ang pagningning ng mga mata niya. Nasasalamin kong masaya talaga siya sa sinabi ko. Kaagad siyang lumapit sa akin at niyakap ako ng mahigpit naramdaman ko pa ang pag-angat ko sa ere. Dahil binuhat niya ako. Dahan-dahan niya akong ibinaba at nagpantay ang mukha naming dalawa.

"Sa isang kundisyon." Pahabol ko na ikinasimangot niya.

"Ano?"

"Payagan mo akong magtabaho sa Amore at payagan mo akong tawagan si Tita Frieda dahil sigurado akong nag-aalala na sila sa akin." Wika ko.

Binitawan niya ako at seryoso na siyang tumingin sa akin.

"Papayagan kitang tawagan sila pero hindi mo sasabihin kung nasaan tayo."

Sunod-sunod akong tumango. "Ngunit ang pagtatrabaho mo sa Amore, hindi. Ayokong magsuot ka ulit ng mga ganong klaseng damit. Ayokong may ibang lalaking tumitingin sa personal man o sa larawan mo. Kahit nga sila Inigo at Bernard gusto kong dukutin ang mga mata nang makita kong nagkalat ang magazine mo sa office nila eh… Nasa cellphone pa nila yung video mong kulang na lang tangayin ng hangin yung kumot mong suot." Nakataas ang kilay na sabi niya sa akin.

"Hindi kumot yun." Reklamo ko.

"Kahit ano pang tawag mo doon. Hindi pa rin pwede. Kumain muna tayo ayokong masira ang unang araw ng honeymoon natin dito. Mamaya bibigyan kita ng phone para maka-usap mo si Mrs. Perfetti."

Kaagad niyang hinawakan ang kamay ko at iginiya niya ako sa table pinaghila niya ako ng upuan at nang makaupo na ako ay umikot naman siya sa kabila para umupo na din. Maliit lang ang glass table kaya malapit parin kami sa isa't-isa.

"Kaninong isla ba 'to? Bakit dito mo ako dinala?" Tanong ko. Nilagyan niya ng pagkain ang plato ko at nag-umpisa na rin akong kumain. Hindi maikakailang masarap nga siyang magluto.

Nakangisi siyang tumingin sa akin. "This is my private property. Exclusive lang for the two of us. May mag-asawang nakatira sa likurang ng isla. Sila ang nagmamaintain ng kalinisan dito. At walang pang nakakapunta dito kundi ikaw. Dito tayo bubuo ng magiging anak natin. Lima? Sampo? The more the marrier!" Masiglang wika niya na ikinatigil ko.

"What's wrong? Nakukuntian ka ba? Pwede nating dagdagan."

Nag-umpisang mangilid ang mga luha ko. At nakita ko ang pagpatayo niya at paglapit sa akin.

"Why? Tell me?" Nag-aalalang tanong niya.

"I'm sorry... h-hindi ko nagawang alagaan ang magiging anak sana natin Rafael." Humihikbing wika ko sa kanya. Bumalik sa alaala ko ang araw na yun. Kung hindi pa ako dinugo hindi ko malalaman na buntis ako. Isang buwan na pala akong buntis at patuloy parin ako sa pagtatrabaho para hindi ko siya maalala.

"Y-you mean... pag-katapos ng mangyari sa atin. Nabuntis ka? Anong nangyari?"

Hindi ako makatingin sa kanyang mata pero ramdam ko ang emosyon niya sa bawat salitang binitawan niya.

"Bakit hindi mo sinabi sa akin? Bakit hindi ka gumawa ng paraan para makita mo ako? Bakit ka lumayo? Bakit hindi mo inalagaan ang sarili mo pati ang anak natin?"

Garalgal ang boses niya kaya alam kong nasasaktan din siya.

"Hindi ko rin alam, Rafael. Isa lang ang pilit na sumisiksik sa utak ko noon ang huling mga sinabi mo sa akin. Na kahit anong gawin ko hinding-hindi ko mapapalitan si Lalaine. Ayokong ipagsisikan ang sarili ko sa'yo. Dahil para mo na ring sinabing hindi mo ako mahal."

Tuluyan na kong umiyak sa harapan niya. Narinig ko pang nagmura siya pero nakayuko parin ako. Pakiramdam ko bumalik yung sakit noong araw na yun. Kahit isang buwan pa lamang siya sa tiyan ko ay minahal ko na rin siya.

"I'm sorry Angela.... Kung alam ko lang na ganun ang magiging epekto sayo ng ginawa kong desisyon hindi ko sana nagawa yun." Wika niya. Ramdam ko ang pagsisisi niya at sapat na yun para lumuwag ang pakiramdam ko.

"Tapos na yun.... Ang mahalaga natuto na tayo sa pagkakamali nating dalawa." Sambit ko.

Naramdaman ko ang paghawak niya sa pisngi ko.

"Simula sa araw na ito... gagawin ko ang lahat para sa'yo."

Maaring hindi na maibabalik ang nakaraan. Ngunit pwede parin naman tayong mabuhay sa hinaharap hindi para kalimutan ang mga masasakit na nangyari kundi para ipaalala satin kong gaano natin hinarap ang pagsubok na yun at malampasan. Mainit na yakap ang naging sukli namin sa isa't-isa. Pagkatapos naming kumain ay naglakad na kami sa dalampasigan. Kahit mataas ang araw hindi masakit sa balat dahil mas malamig ang dalang hangin ng isla. Pakiramdam ko pa nga ay ber months na dahil sa hangin na dumadampi sa aking balat. Inikot namin ang kabuohan ng isla at nakilala ko rin ang mag-asawang nangangalaga dito. May tatlo na silang mga anak. At hindi ako makapaniwala sa sinabi ni Rafael na nakilala daw sila ni Rafael habang natutulog sa bangketa. Hinahanap niya raw ako noon kaya dinala sila dito ni Rafael at sagot niya ang pamumuhay ng mag-anak. Ano pa nga ba ang hihilingin mo? Maayos silang namumuhay sa isla na ito kasama ang kanilang mga anak at may sapat na pagkain sa mesa. Kung papipiliin din siguro ako kung saan ko gustong magretiro nais kong sa ganitong lugar na rin. Pagkatawid kasi sa isla ay malapit na sa syudad kaya kapag nagsawa ka pwede ka naman bumalik doon gamit ay bangka o helicopter na ginamit na pagkidnap sa akin ni Rafael.

Pinagmamasdan namin ang paglubog ng araw. At ang magandang formation ng mga ulap sa langit. Habang nakatayo at nakayakap lang siya sa likuran ko.

Masarap sa pakiramdam. Tahimik, ito yung lugar na magkakaroon ka ng piece of mind at malayo sa kahit ano mang ingay sa syudad o mga tao sa paligid. Bukod dun masarap din pakingan ang paghampas ng alon sa dalampasigan. Para itong musika na nag-aalis ng mga bagabag hindi lang sa isip pati na rin sa puso.

"Angela…." Sambit niya habang nakayakap parin sa akin. Mahigpit ang hawak niya sa kamay ko. Kahit nakakulong na ako sa harapan niya.

"Ano yun? Uuwi na ba tayo?" Sagot ko. Ipinihit niya ako paharap sa kanya.

"Uuwi? Ayaw mo na ba akong kasama? Diba tinawagan mo na sila ano pang pinag—"

Nagulat siya nang bigla ko siyang halikan sa labi. Ang dami niya kasing sinasabi. Oo nagkaunawaan na kami ni Tita pero kailangan ko pa din umuwi at magpaliwanag.

Bigla tulog akong nahiya sa ginawa ko. Nagulat din naman ako. Lalo kasing lumalakas ang appeal niya kapag seryoso.

"Why did you kiss me?" Kunot noo na tanong niya.

"Ayaw mo ba?" Naiinis na tanong ko.

"No... I mean bakit smacked lang?"

Napakamot ako ng bahagya sa ulo.

"Ano ba dapat?" Tanong ko. Napakagat pa ako sa ibabang labi dahil para akong kinakabahan. Sa pagtitig niya.

"We are not teenagers anymore."

"So? What do you mean?" Kunot noo kong tanong.

"Did you prefer already? Cause I want more than that."

Chapter 34

Angela's POV

Hindi na ako tumutol ang buhatin niya ako mula sa dalampasigan papunta sa white house. Sa bukana pa lamang kami ng bahay ay tanaw ko na ang mga nakasinding kandila sa dadaanan namin.

"Anong meron?" Nagtatakang tanong ko sa kanya.

"I want to make this night special for both of us." Nakangiting wika niya. Hinayaan ko na lang siya dahil na-eexcite na rin ako.

Pagpasok namin sa loob ng bahay at nagkalat ang talulot ng kulay pulang rosas. Hindi niya pa rin ako binababa. Hangang makarating kami sa dining area. Bumungad sa akin ang maraming bulaklak sa paligid. Maayos namang nakaset-up ang mesa at ang pagkain. May wine pang kasama. Dahan-dahan niya akong binaba at ipinaghila ng upuan.

"Let's eat." Wika niya. Gustuhin ko man siyang tanungin kung paano niya nagawa ito dahil maghapon ko siyang kasama kaya lang abala ako sa pag-iisip kong paano kami pagkatapos nito.

Naiilang narin ako sa mga tingin niya. Kaya tinuon ko na lang ang aking sarili sa pagkain.

"Masarap ba? Mga kaibigan ko ang nagset-up nito." Nakangiting wika niya.

"Kaibigan? You mean sila Inigo, Bernard?" Gulat na tanong ko.

"Xandro and Fernan too." Sagot niya. Nanglaki ang mata ko at inikot ang buong sulok ng bahay. Baka nagtatago sila ng hindi ko alam o baka nasa kwarto sila.

"Nasaan sila?" Tanong ko sa kanya.

"At bakit mo naman gustong makita?" Nakataas ang kilay niyang tanong.

"Matagal ko rin silang hindi nakita. Gusto ko din magsorry kay Fernan dahil nagsinungaling ako sa kanya."

"Tsk! Hindi mo na kailangan mag-sorry alam naman nila ang reason at isa pa wala na sila dito at nag yatch party sila syempre with girls...Papunta rin sila sa resort ni Xandro kaya hindi mo na sila makikita." Wika niya. Natahimik ako. So kami lang talaga dito? Haist! Bakit parang kinakabahan pa ako. Para tuloy gusto kong magsisisi sa naging desisyon ko pero ganun pa rin ang mangyayari kaya nagpatuloy na lamang ako sa pagkain. Maya-maya ay natapos na rin kami. Inabutan niya ako ng wine at inubos ko ang laman ng isnag tungaan lamang.

"Can I dance with you?" Tanong niya habang nakalahad ang kamay. Ngayon ko palang narinig yung tugtog. Dahil mas malakas ang pintig ng puso ko kanina. Inabot ko naman ang kamay ko at tumayo kami sa gilid ng mesa.

"Sa akin lang dapat ang atensyon mo Angela." Saad niya na ikinangiti ko. Pilit kong inaalis ang kaba na nararamdaman ko. Ipinatong niya ang kamay ko sa leeg niya at inikot naman niya ang braso niya sa beywang ko. Nanatili kaming tahimik habang nakatitig sa isa't-isa. Pakiramdm ko hindi na namin kailangan pang mag-usap dahil nasa mga mata na namin ang mga salitang gusto naming sabihin sa isa't-isa.

Hindi ko alam kung paano kami nakarating sa taas parang lalo akong nalalasing sa mga titig niya sa akin. Nasa kwarto na kami nang maramdaman ko ang pagkalas niya ng tali sa damit ko. Ramdam ko din ang paghagod ng kamay niya sa likod ko. Kaya napapikit ako. Nakatulong ang mga rosas at kandila para mas maging romantic ang ambiance ng buong kwarto. Hindi tuloy ako makapaniwalang yung mga babaerong lalaking yun ang may gawa nito. Pwede naman sa ibang tao niya ipagawa diba? Siguro iniisip na rin nila ang gagawin namin ngayong gabi. Bigla ko tuloy naalala ang nangyari noong una na may nangyari sa amin. Pakiramdam ko ay namumula na ang buong mukha ko. Hangang naramdaman ko na lamang na wala na akong damit. At pang loob na lamang ang natira. Humiwalay siya sa akin at hinubad ang suot niyang damit. Iniupo niya ako sa gilid ng kama.

His hands started to trail my body. Bawat daanan ay nagbibigay ng kakaibang init sa aking katawan. Dahan-dahan niyang hinihiga ang katawan ko like a fragile crystal.

"Gusto kong magalit sa sarili ko dahil nakalimutan ko ang unang gabi nating dalawa pero ngayon babawi ako at sisiguraduhin ko sayong hindi mo makakalimutan ang gabing ito." He said with his bedroom voice.

"Hindi na yun importante Rafael. Mas importante ang ngayon. Dahil parehas na nating mahal ang isa't-isa." Naiiyak na wika ko sa kanya. He planted soft kiss on my teary eyes, down to my nose and to my lips. I feels so much love and affection of his touch and kisses. Ito na siguro ang tinatawag nilang love making not just sex. But exploring love in an intimate ways. Kumapit ako sa leeg niya nang mag-umpisa na siyang kalasin ang natitira kong saplot sa katawan.

I moan when his kissing and licking me down to my neck and to my chest. Marahan lamang ang kanyang pagalaw at tinatantiya ang lahat. Pinagsawa niya ang kanyang labi sa aking dibdib. And he started going down to my folds. Pinaghiwalay niya ang mga hita ko upang matunton ang pakay niya. Napa-arko ang katawan ko dahil sa ginagawa niya sa aking pagkababae.

Kakaiba ang dulot na init sa aking katawan. Parang hinihigop niya ang buo kong lakas. He was playing his tongue inside of my folds. And I can't stop myself from grabbing his hair. Hindi ko alam kung hihilain ko ba yun o mas isusub pa sa akin. Nanginig ang katawan ko at naramdaman ko na lang ang paglabas ng mainit na katas sa aking lagusan.

Ngumiti siya sa akin na parang nagtagumpay sa ginawa niyang pagpapaligaya sa akin. Hindi kami dumaan sa foreplay noong una kaya hindi ko alam na ganito pala ang mararamdaman ko ngayon. Umakyat ulit ang halik niya patungo sa aking labi. Hangang sa pwesto na siya sa aking gitna ng mga hita ko. He slowly entered my wall with her huge and hard manhood. Nakulong ang mga ungol ko sa bibig niya. Napaawang ang bibig ko nang isagad niya pa ang kanyang pagkalalaki sa masikip kong lagusan.

"Damn! You gripping me so good my love!" Usal niya. Hindi ko na pinansin ang sinabi niya dahil abala ako sa kung paano ko titiisin ang sakit na nararamdaman ko. Isang taon na rin yun kaya ene-expect ko na ganito pa rin yun kasakit.

"Are you okay?" Paos na tanong niya. Napansin niya siguro ang pagngiwi ko at pangingilid ng luha ko. Dahan-dahan akong tumango. Humigit ako ng paghinga ng mag-umpisa siyang gumalaw. Bawat galaw niya ay sumasama ang katawan ko.

Unti-unti na ring napapalitan ang sakit at puro ungol na lamang ang lumalabas sa bibig ko dahil walang sawa din siya sa paghalik sa labi ko. At pagpisil sa dalawang dibdib ko.

"Ahh! Rafael!" Ungol ko nang bilisan na niya ang pagalaw. Namuo na naman sa puson ko at nanginig ulit ang katawan ko then I feel again my release, lalong bumilis ang paglabas-masok niya sa akin. Kaya hindi ko na alam kung saan ako kakapit nahigit ko na ang sapin ng kama dahil sa mabilis niyang pagalaw.

"F*ck Angela! Malapit na ako!" Gigil na wika niya. Kinagat din niya ang ibabang labi ko. At sinakop ang buong bibig ko ilang malalakas pa na pagbayo sa ibabaw ko ay nanginig na kaming pareho. Hingal na sinubsub niya ang kanyang mukha sa aking leeg. Hindi pa rin siya umaalis sa ibabaw ko. at nanatiling naka-akap sa katawan ko.

"Hindi kita titigilang hanga't hindi ako siguradong buntis ka na pag-uwi natin." Nakangiti niyang wika sa akin. Tutol na sana ako at itutulak siya pero naramdaman ko na naman ang galit niyang alaga sa loob ko.

Chapter 35

Angela's POV

Matapos ng ilang beses na mangyari sa amin sa pinagdalhan niyang isla sa akin ay nakumbinsi ko na rin siyang bumalik sa Manila. Binabaybay na namin ang daan patungo sa mansyon nila. Dahil gusto niyang duon muna kami manatili dahil inaantay din daw ako ni Lola Cynthia kaya hindi na rin ako tumutol.

"Nag-enjoy ka ba sa honeymoon natin?" Nakangiting tanong niya sa akin. Di ko tuloy maiwasang pamulahan ng pisngi. Sa ilang beses na nangyari sa amin. Dalawang araw lang ang tinagal namin doon dahil marami din naman siyang trabaho.

"Oo naman." Sagot ko. Nakahawak siya sa kamay ko habang nagmamaneho. Nawiwili na talaga siya sa ginagawa niya. Ganito din kaya siya kalambing nong sila pa ni Lalaine? Totoo kayang nakalimutan na niya ito?

Naputol ang pag-iisip ko nang makarating na kami sa mansyon. Nasa bukana pa lamang kami ay lumabas na si Lola Cynthia.

Hindi ko maiwasan ang maiyak nang lumapit siya sa kotse at antayin ang pagbaba ko. Kaagad niya kong sinalubong ng yakap.

"Mabuti naman at umuwi ka dito apo! Matagal ka na naming hinahanap ni Rafael. Bakit hindi mo man lang ako tinawagan." Wika niya habang nakayakap sa akin.

"Sorry po Lola, hindi ko rin po inaasahan na ganito ang mangyayari naguluhan po ako at nasaktan kaya mas pinili ko pong lumayo." Humihikbing sagot ko sa kanya.

"Kalimutan na natin yun ang mahalaga nandito kana ulit at buo na uli ang pamilya natin. Maagang pa-birthday ito para sa akin." Naiiyak na wika ni Lola. Sinabi na rin sa akin ni Rafael ang birthday celebration ni Lola sa isang araw magiging magarbo nga daw ito at sa hotel gaganapin kaya ito din ang rason kung bakit kami umuwi kaagad.

"Grandma! Ako hindi mo namiss?" Nakangusong wika ni Rafael.

"Tse! Ang sabi ko sayo iuwi mo agad dito si Angela. Tapos dinala mo pala sa isla! Kapag nalaman kong pinilit mo si Angela humanda ka sa akin!" Inis na wika ni Lola. Natawa na lamang ako sa reaction ni Rafael. Kaagad kaming pumasok sa loob at naghanda pa talaga sila ng maraming pagkain para ipagdiwang ang pagbabalik ko?

"Kumain na tayo bago pa lumamig ang pinahanda ko para sayo." Nakangiting wika ni Lola. Hindi pa rin siya nagbabago napakabait parin niya sa akin kahit nagawa kong ewan ang kanyang apo. Ngunit alam naman niya ang dahilan kaya hindi rin niya ako masisisi. Ipinaghila ako ni Rafael ng upuan pagkatapos ay ang lola niya. Pinagmasdan ako ni Lola at nakangiti siya habang tinitignan ako.

"Bakit ganyan kayo makatingin kay Angela?" Nagtatakang tanong ni Rafael.

"Wala lang, ang laki na kasi ng pinagbago niya. Marunong na rin siya sa table etiquette. Masaya ako apo dahil umuwi ka na dito. Nagkaroon na ako ng pag-asa na maabutan ang magiging apo ko bago ako mawala." Sambit niya na ikinasamid ko. Kaya kaagad akong uminom ng tubig. Parehong-pareho talaga sila ni Rafael. Gustong-gusto na nilang magbuntis ako.

"Are you okay Angela?" Tanong ni Rafael. Nagumiti lang ako at tumango sa kanya.

"Don't worry Grandma kaya nga hindi ko siya inuwi dito para makabuo na agad kami."

Mahigpit niyang hinawakan ang kamay ko. Kaya nahiya tuloy ako kay Lola. Pero halata namang masaya siya na nakita niya ako ulit at ganun din ako hindi ko parin makakalimutan ang kabutihang loob niya sa akin.

"Dito ka na ba titira?"

"Of course Grandma, kung nasan ang husband dapat andon din ang wife." Sagot niya.

"Kung hindi pa kita pinigilan na wag mong ituloy ang annulment siguradong hindi mo na siya asawa ngayo at hindi mo na sana siya mababawi pa."

"Grandma. Kahit natuloy ang annulment namin babawiin ko pa rin siya at iuuwi dito." Sagot niya.

Hindi ko alam na ganito pala ako kagusto ni Rafael. Hindi ko kasi nakita sa mga mata niya yun noon. Ang alam ko lang galit siya sa akin at si Lalaine ang mahal niya. Nalulungkot ako sa pagkawala ni Lalaine pero siguro ito talaga ang tadhana niya. Naisip ko tuloy paano kung gumaling siya? Paano kung hindi narealize ni Rafael na mahal niya ako? Paano kung walang nangyari sa amin? Hindi ko alam kung gaano kalalim ang pagmamahal na pwede mong ibigay sa isang tao. Pero ang alam ko dapat mahalin muna ang sarili. Para kung mawala man siya may matitira parin sayo. Matagal kaming nagkwentuhan ni Lola. Bago ako ayain ni Rafael sa kwarto. Pagbukas ko niya ng pinto ay tumambad sa akin ang pamilyar namin na kwarto noon. Halos wala itong pinagbago, para tuloy kailan lang ng huli kong umalis na mabigat ang loob. Dahil umalis ako kahit may nangyari na sa amin. Bukas uuwi muna ako kina Tita Frieda para magpaalam kaya kailangan kong kausaping mabuti si Rafael dahil baka hindi na naman siya pumayag. Ayokong iwanan ang Amore. At ayoko din naman na magkaroon ito ng epekto sa aming pagsasama kaya dapat pinag-uusapan namin ito ng maayos.

"Sabay na tayong maligo, mahal." Wika niya. Nang maipasok na lahat ang gamit namin.

"Mauna ka na." Sagot ko. Pero nginisihan niya lamang ako. Lumapit siya sa akin at dahan-dahan na hinubad ang damit ko.

Naramdaman ko na lang ang paglaglag ng mahaba kong dress sa paa ko. Naghubad na rin siya ng t-shirt na puti. Kaagad niya akong siniil ng halik. Hindi pa rin siya nagsasawa, lagi parin niya akong hinahalikan ng may pananabik. Naramdaman ko na lamang ang maligamgam na tubig sa aking balat. Unti-unti naring nababasa ang katawan ko. Sa sobrang bilis ng kamay niya hindi ko na namalayan ang pagtangal niya sa panloob kong saplot.

Nakatitig lang siya sa akin at nakangiti. Nagpatuloy siya sa paghalik saakin habang ang isa niyang kamay ay naka-akap sa aking beywang. Kinagat niya ang ibabang labi ko kay napaungol ako. Bumaba ang halik niya sa aking baba papunta sa leeg at balikat. Waala narin siyang saplot sa katawan kaya ramdam ko na naman ang pagtigas ng kanyang alaga sa pagitan ng aking hita.

"R-rafael!" Sigaw ko nang dumako ang labi niya sa gitna ng aking hita. Isinampay niya rin ang isa kong paa sa kanyang balikat. Naramdaman ko ang pamumuo ng aking puson hangang sa tuluyan na akong nilabasan. Hindi pa rin siya tumitigil at paulit-ulit pa rin niyang pinapasadahan ng kanyang dila ang aking pagkababae kaya hindi ko na mapigilan angb pag-ungol. Hangang sa ikinapit na niya ang aking mga hita sa kanyang beywang naramdaman ko ang unti-unting pagbaon niya sa loob ko kaya napa-awang ang labi ko. Sinakop niya ang bibig ko kaya nakulong ang sunod-sunod kong ungol.

"Ah! Angela! You're so tight baby!" Sigaw niya. Sabay kagat sa leeg ko. Mas lumakas ang ungol naming dalawa dahil pabilis ng pabilis ang pag taas baba niya sa akin. Hanggang sa naramdaman ko nalang ang mas malakas na pagbaon niya at pumuno sa loob ko ang katas niya.

Hingal kami pareho ng ibaba niya ako. Hinalikan niya ulit ako sa labi bago kami tuluyang naligo. Siya na rin ang nagsabon sa aking hubad na katawan.

Chapter 36

Angela's POV

Kinabukasan ay sumabay na ako kay Rafael. Tinawagan kasi ako ni Tita Frieda na kailangan niya akong makausap ngayon. Kaya walang nagawa si Rafael kundi ang ihatid ako sa Amore.

"Susunduin kita mamaya. Okay?" Wika ni Rafael nang makababa na ako sa harapan ng Amore building. Hinalikan niya muna ako sa labi bago siya umalis. Kumaway pa ako sa kanya bago ako pumasok. Kaagad akong pumasok sa elevator at pinindot ang 35th button papunta sa office ni sir Augusto dahil nandun kasi si Tita Frieda. Nang makarating na ako ay marahang katok ang ginawa ko.

"Marinor!"

Kaagad na lumapit si Tita at niyakap ako. Kaya gumanti din ako ng yakap. "Tita, I'm sorry po." Sambit ko. Nasa likuran niya lang si Tito Augusto at si Athena.

"Anong nangyari? Paano ka napunta kay Rafael? Kinidnap ka ba niya? Pinipilit ka ba niyang bumalik sa kanya?" Nag-aalalang tanong niya sa akin. Iginiya niya ako sa malaking sofa at umupo kaming lahat.

"Nagpapasalamat po ako sa pagkukop niyo sa akin. Malaki po ang utang na loob ko sa inyo at napamahal na rin po ako sa pamilyang ito. Pero nagdesisyon na po akong bumalik kay Rafael." Malungkot na saad ko. Tumayo siya at bumuntong hininga.

"What did you say? Babalik ka sa lalaking yun? Hindi ba pinagtabuyan ka na niya? Hindi ba annul na ang kasal niyo?"

"Hindi pa po Tita, sabi niya sa akin mahal niya ako."

"At naniwala ka naman?" Napa-angat ako ng tingin hindi ko akalain na ganun ang sasabihin niya sa akin. Akala ko maiintindihan niya ako.

"Tama na Frieda, kung yun ang gusto ni Marinor wala na tayong magagawa kundi hayaan siyang bumalik sa asawa niya." Mahinahon na wika ni Tito Augusto. Pero hindi nakinig si Tita Frieda. Bagkus ay humarap siyang muli sa akin. Umupo siya sa tabi ko at hinawakan ng mahigpit ang mga kamay ko.

"Marinor, pag-isipan mong mabuti ang lahat. Nakalimutan mo na ba ang ginawa niya sayo? Nakalimutan mo na bang pinalayas ka niya? Nakalimutan mo na bang nawala ang anak niyo ng dahil sa kanya? Kung hindi ka nahimatay sa tabi ng kotse ko, sa tingin mo ba maayos ang kalagayan mo ngayon? Marinor, parang anak na rin ang turing ko sayo. At nakakatandang kapatid na rin kay Athena, basta mo na lang ba kami iiwan?" Nangilid ang luha ni Tita Frieda. Hindi ko alam ang mararamdaman ko. Parang nabigla ako sa desisyon ko hindi ko akalain na may mga taong maapektuhan dahil sa basta-basta na lamang akong nagdedesisyon para sa sarili ko.

"Iiwan mo din ba ang Amore?" Tanong naman ni Athena habang malungkot na nakatingin sa akin. Napabuntong hininga naman si Tito Augusto.

"Ayoko po kayong iwan Ti—"

"Then stay with us." Nagmamaka-awa niyang sabi sa akin. Lalo na tuloy akong naguluhan. Bakit ganito kalaki ang epekto ng pagpigil nilang umalis ako? Paano ang usapan namin ni Rafael?

"Gusto ko pong manatili sa inyo. Pero mahal ko pa rin po si Rafael." Sambit ko. Malalim na buntong hininga ni Tita Frieda. Umaasa akong maiintindihan nila ang desisyon ko.

"Tita, alam ko pong malaki ang utang na loob ko sa inyo. Pinatuloy niyo ako sa tahanan niyo kahit hindi niyo ako lubusang kilala at isa pa malaki ang tiwala na ibinigay niyo sa akin. Kakausapin ko po si Rafael para kahit hindi na ako sa inyo nakatira ay mananatili pa rin po ako sa Amore." Paliwanag ko. Kahit paano ay lumiwanag ang mukha ni Tita Frieda.

"Kung yan na talaga ang desisyon mo. Wala na akong magagawa pa. Ang gusto ko lang naman mapabuti ka at ibangon mo ang sarili mo dahil minsan ka ng nalugmok. Madaming babae ang naghahangad na maging brand ambassadress ng Amore. Kaya sayang naman kung pati ito tatalikuran mo."

"Tita, hindi ko naman po tatalikuran ito. Mananatili pa rin ako dito kahit secretary na lang ulit ninyo. Mas gamay ko naman po yun."

Matagal ko din pinag-aralan ang maging secretary ni Tita kaya mas gusto ko pa yun kaysa maging modelo ulit ng

Amore. Natigil ang pag-uusap namin nang may kumatok sa pinto.

"Come in!"

Napatayo ako sa upuan nang makita ko si Mathew. Gulat din ang rumihistro sa mukha niya. Hindi ko inaasahan na makikita ko siya dito. Matagal na rin kasi noong huli kaming magkita ibang-iba na rin ang itsura niya mas maayos na siyang manamit at mas lumaki pa ang katawan niya.

"Magkakilala kayo?" Tanong ni Athena.

"Mathew? Bakit ka nandito?" Kunot noo kong tanong.

"Angela...." Sambit niya. Nagulat na lamang ako nang bigla niya akong niyakap.

"I finally found you." Paos na sabi niya sa akin. Kung hindi pa tumikhim si Tito Augusto hindi pa niya ako bibitawan.

"Mabuti naman magkakilala na kayo ni Mathew. Pamangkin ko siya at siya muna ang bahala sa Amore. Mag-iisang taon na rin niyang pinag-aralan ang kompaniya kaya gamay na niya ito. Kailangan kasi namin bumalik sa Korea ni Tita Frieda mo dahil naging successful ang launching ng empress. Isasama din namin si Athena."

Nagulat ako sa sinabi ni Tito. Hindi ko akalain na pamangkin niya pala si Mathew at siya pa ang maiiwan dito. Imposible na siya lang mag-isa ang magmamanage ng Amore?

"And I need you to stay with him, and to be with his secretary for one week Marinor. Is that okay with you?" Tanong ni Tito Augusto.

"By the way paano kayo nagkakilala ni kuya Mathew?" Sabat naman ni Athena.

"Matalik kaming magkaibigan noong nakatira pa siya sa ampunan. At kung hindi siya sapilitang ikinasal." Wika niya sa malungkot na boses. Tama ba yung nararamdaman ko? May patingin pa rin siya sa akin?

"Mabuti naman kung ganoon mas magkakasundo kayong dalawa dito. By the way kaylangan na naming umalis dahil mag-e-empake pa kami. Mamayang gabi na kasi ang flight namin at pumunta lang kami dito para maghabilin kay Mathew." Wika naman ni Tito.

"Marinor, pag-isipan mo ulit okay?"

Humalik sa akin si Tita at yumakap. Ganun din ang ginawa ni Athena. Wala na akong magagawa kundi sundin ang puso ko. At ang tangi ko na lamang maisusukli sa kanila ay pagbutihin ang trabaho ko dito sa Amore kahit bilang isang secretary. Ngunit mas nag-aalala ako dahil si Mathew ang pagsisilbihan ko ngayon. Parang ang akward ng pakiramdam. Wala na yung dating closeness na nararamdaman ko para sa kanya kundi puro pagkailang na lamang lalo pa at iba ang paraan ng pagtingin niya sa akin. Ilang segundo na mula ng lumabas sila sa opisina at hindi pa rin ako makagalaw sa kinatatayuan ko. Habang nakatingin pa rin ako sa pinto at nakatalikod kay Mathew.

"Angela..." Sambit niya kaya napalingon ako sa kanya.

"K-kailan ka pa sa Amore? Hindi ko akalain na dito ka rin pala magtatrabaho. Ginulat mo ako ha akala ko nasa quezon ka pa din." Naiilang akong ngumiti sa kanya. Pero hindi man lang niya ako nginingitian seryoso pa din ang tingin niya sa akin.

"Ange—"

"Look Mathew, kung ano man ang meron tayo noon. Hindi na natin pwedeng ibalik yun ngayon. Alam kong naging mabuti tayong magkaibigan. Pero marami ng nagbago. Sa akin at sa'yo, mas mainam kung magtrabaho na lamang tayo. Dahil yun lang din naman ang pinunta ko dito. Excuse me sir. Ihahanda ko na po ang planner para sa schedule niyo."

Lalabas na sana ako pero hinila niya ang kamay ko.

"Hindi mo man lang ba ako tatanungin kung kumusta ba ako? Nabalitaan ko ang nangyaring pag-alis mo kila sister Sandy. At nag-alala ako sayo ng husto. Hinanap rin kita para akong mababaliw dahil hindi ko alam kung saan ka hahanapin. Kulang na lamang matulog ako sa kalsada kakahanap sayo. Hindi na din ako naka-graduate pa. Ngunit nang makita ko ang larawan mo sa social media kasama si Athena. Nabuhayan ako ng loob. Nalaman kong sila Tito ang nakakuha sa'yo. Ginawa ko ang lahat upang pumasok sa Amore. At sa awa ng diyos, hinayaan ako ni Titong tulungan siya dito. Naging maganda ang impresyon niya sa akin. Hinintay ko ang pagbabalik mo Angela. Nasasabik na akong makita ka. Pwede mo ba akong bigyan ng pagkakataon?"

Hinila ko ang kamay ko mula sa kanya. "Mathew, hindi na pwede yang sinasabi mo. Bumalik na ako kay Rafael." Wika ko sa kanya na ikinatigil niya.

"Nagsasama na kaming muli dahil mag-asawa pa rin kaming dalawa. Thank you dahil nag-alala ka sa akin at hinanap mo ako pero hindi ako ang nararapat sayo Mathew. Please, hanapin mo ang kaligayahan na para sayo. Masasaktan lang kita ulit kapag pinilit mo ang gusto mo." Paliwanag ko sa kanya. Nakita ko ang pagtiim bagang niya at ang pangingilid ng luha niya kaya nagpasaya akong lumabas na ng opisina niya.

Chapter 37

Angela's POV

Pagkalabas ko ng opisina ay kaagad kong inayos ang schedule niya for one week. Mabuti na lang din at tumulong sa akin si Rose. Siya ang secretary ni Tito Augusto noong nasa Korea kami ni Tita Frieda. Mabuti na lang din at hindi ko pa tinatangap ng lubusan ang pagiging endorser ng Amore. Mas komportable naman ako dito sa opisina lang. Alam ko din naman na hindi din papayag si Rafael. Yung pagpunta ko pa nga lang dito ay sapilitan na. Gusto ko lang sana na magpa-alam ng maayos.

Mabigat man para sa akin na umalis dahil totoong napamahal na ako sa pamilya nila. Yun ang alam kong tama. Kaya lang kailangan ko pang mag-intay ng isang linggo para na rin sa paki-usap ni Tito Augusto.

Sa sobrang dami kong ginawa ay nakalimutan ko ng lunch time na pala kung hindi pa sinabi sa akin ni Rose ay hindi ko na maalaala sa dami ng tumatakbo sa aking isip.

Kaagad kong inayos ang mga gamit ko sa table, nang tumunog ang phone ko. Nakita kong si Rafael ang tumatawag kaya kaagad kong sinagot.

"Rafael....Bakit?"

"Are you busy? Nandito ako sa lobby sabay na tayong mag-lunch." Wika niya.

"Okay, I'll be there in a minute." Nakangiting saad ko. Ilang oras pa lamang kaming hindi nagkikita ay miss ko na agad ang boses niya. Nagpaalam ako kay Rose at babalik din ako after one hour. Ngunit nakakailang hakbang pa lamang ako paalis sa desk ay may tumawag na sa akin. Ayaw ko sana siyang lingunin, kaya lang wala akong choice kundi pakitunguhan siya ng normal.

"Yes Sir?" Tanong ko kay Mathew.

"Angela, pwede bang sabay na tayo mag-lunch? Saka wag muna ako tawaging sir para namang hindi tayo magkaibigan noon."

Nakakapagtaka, kanina lang halata kong galit siya ngayon kung kausapin niya ako parang normal at parang walang nangyari kanina. Nakangiti pa niya akong niyaya mag-lunch.

"I'm sorry Mathew, inaantay kasi ako ng asawa ko sa baba." Pagkasabi ko ay kaagad na akong tumlikod sa kanya at nagtungo sa elevator.

I'm sorry Mathew, pero ito lang ang naiisip kong paraan para pilitin mo ang mag-move on.

Nalulungkot ako para sa kanya. Naging sandalan namin ang isa't-isa noon. Naging mabuti kaming magkaibigan. Pero pinili niyang sabihin ang nararamdaman niya para sa akin. Pati na rin ang pagkakaibigan namin ay hindi ko na maisasalba pa. Mas gusto ko pang magalit siya sa akin. Para malinawan siya, baka sakaling sa ganung paraan ay makalimutan niya ako.

Bago ako lumabas ng elevator ay tumigil muna ako sa paghakbang. Nakita ko kasi siyang prente ang pagkakaupo sa lobby. Habang ang ibang mga babae na dumadaan sa gawi niya ay hindi maiwasan na tumingin sa kanya. Sino ba naman kasi ang hindi mapapatingin. Sa matangkad gwapo at maputing lalaking naka-business suit habang nakaupo sa malambot na sofa sa waiting area. Pero hindi niya ata napapansin ang tingin ng mga kababaihan sa kanya dahil diretso na ang tingin niya sa akin. Para akong naitulos sa kinatatayuan ko nang bigla siya tumayo at humakbang papalapit sa akin. Nakita ko din ang pagsunod ng mga mata ng babaeng kanina lang ay sa kanya nakatitig. Di ko tuloy maiwasan pagmulahan ng pisngi. Paano ba kasi siya nakapasok dito?

"Hon," Nakangiti niyang bati. Nagulat na lamang ako nang biglang dumampi ang labi niya sa akin sandali lang yun pero kakaiba na agad ang naramdaman ko. Ganito ba yun pag kinikilig. Parang naging hindi normal ang takbo ng puso ko.

Kaagad niya kinuha ang kamay ko at inilagay niya sa kanyang braso. Naglakad kami palabas sa pintuan ng lobby. Hindi ko na napansin ang pagtingin ng ibang tao sa lobby dahil abala na ako sa lalaking katabi ko ngayon.

"Saan mo gustong kumain?" Tanong niya habang pinagbubuksan ako ng pinto.

"Kahit saan ikaw na ang bahala." Sagot ko sa kanya. Inalalayan niya ako hangang makapasok sa loob at umikot na siya sa kabila.

Sa isang fine italian restaurant niya ako dinala. Siya na rin ang nag-order para sa amin.

"Nakausap mo na ba sila Mr. and Mrs. Perfitte?"

"Nag-usap na kami pero umalis kasi sila at bumalik ng Korea. Kailangan kong pumasok sa opisina for one week." Sagot ko.

"Mabuti naman at tinagihan mo na ang pagiging endorser ng Amore." Tumango ako sa kanya. "Pero hindi lang yun ang gusto ko Angela. Gusto ko tuluyan ka ng umalis doon para sa akin kana lang mag-focus." Wika niya. Hindi niya talaga ako titigilan hanga't hindi niya ako napapayag na umalis sa Amore.

"Rafael, bigyan mo pa akong ng ilang araw. Alam mo naman kung gaano kalaki ang tulong nila Tito at Tita sa akin. Hindi porke okay na tayo ay basta ko na lang sila iiwan. Lalo pa ngayon abala sila at naki-usap din sila sa akin na wag muna akong umalis sa opisina."

Napabuntong hininga siya sa sinabi ko. Pagkatapos ng ilang minuto ay dumating na din ang order namin. Tahimik kaming kumain ng lunch.

"Rafael? Ikaw ba yan?"

Napalingon kami sa babaeng nagsalita sa tapat namin.

"Madelaine? Ikaw pala."

Tumayo si Rafael at nakipagbeso-beso sa babae. Umiwas ako ng tingin dahil nakaramdam ako ng paninikip ng dibdib. Nakipagbeso-beso lang nagselos na agad ako? Hindi ko nga kilala kung sino ang babaeng tumawag sa kanya eh.

"Oh, I can't believe it. Ilang taon na ba ang lumipas mula nang maghiwalay tayo?"

Bumalik ang tingin ko sa Rafael. Hindi ko akalain na bukod kay Lalaine ay may naging girlfriend pa pala ito. Para tuloy akong nanliliit sa upuan ko dahil sa itsura niya at ni Lalaine. Mukhang malayong-malayo ako sa nagugustuhan ni Rafael.

"Ano ka ba? Mga bata pa tayo noon. Uhugin ka pa nga noon eh." Wika ni Rafael. Natawa silang pareho. Hindi ko akalain marunong din pala siyang magbiro.

"Ano ka ba! Kahit uhugin pa tayo noon. Hinding-hindi ko makakalimutan ang sinabi mo kay Mommy na ako ang gusto mong maging bride mo. Kung hindi nga kami umalis ng bansa baka ngayon kasal na tayo. Kaya lang naunahan ako ni Lalaine. Kaya nanatili na lang ako doon. Ang by the way, sino siya? Secretary mo?"

Saka pa lang ata naalala ni Rafael na kasama niya ako. Dahil saka pa lamang niya ako nilingon.

"Ah hindi, I'd like you to meet my wife. Angela." Wika niya na ikinagulat ko din pati na rin ng babae sa harap niya.

"Wife? Kailan pa? Hindi ko naman nabalitaan na nagpakasal ka? And besides isang taon pa lamang mula ng mamatay si Lalaine?"

Pinasadahan niya ako ng tingin. Kaya hindi ko tuloy maiwasan ang ma-conscious sa itsura ko. Paano kasi kahit maayos naman ako tignan naka pang-opisina lang talaga ako. Hindi kagaya niya na bukod sa magandang hubog ng katawan ay sigurado akong nabibilang siya sa mayamang pamilya.

"Kasal na kami, bago pa mamatay si Lalaine." Wika ni Rafael na lalong ikinagulat ng babae.

"I don't understand? Why? I mean hindi ko nabalitaan na naghiwalay kayo pero alam ko na inalagaan mo siya sa Canada. Tapos kasal ka sa kanya habang nakaratay si Lalaine?" Hindi makapaniwalang tanong niya kay Rafael. Gustuhin ko man na umalis para hindi marinig ang mga sinasabi niya. Pero baka magmukha lang lalo akong guilty sa mga nangyari.

"Maraming nangyari na hindi mo alam Madelaine. But I want you to know that I'm already happy with her."

Hindi ko na nagawa pang magpakilala sa kanya dahil umalis na rin siya sa huling sinabi ni Rafael. Pero nakita ko ang matalim niyang tingin sa akin.

Nanatili kaming tahimik nang matapos na kaming kumain. Kahit nasa byahe ay hindi na ako nakipag-usap pa sa kanya. Hindi ko rin alam kung bakit pero nasaktan ako sa tagpong yun kanina.

"Hey! Are you okay? Kanina ka pa walang kibo ah? Inaantay kong tanungin mo ako pero malapit na tayo sa Amore hindi pa nagsasalita. May problema ba? Dahil ba kaya Madelaine?" Tanong niya. Kinuha pa niya ang kamay ko at dinala sa kanyang hita.

"Wala, madali lang akong trabaho mamaya." Sagot ko.

"Ako ang kasama mo pero trabahoa ng iniisip mo? Parang napaka insensitive mo naman ata?"

"Ako pa ang insensitive? Kung hindi pa nga ako tinanong ng babaeng yun hindi mo maalala na may kasama ka?" Inis na sabi ko sa kanya. Pero tinawanan lang niya ako.

"I knew it! Your jealous right?" Natatawang tanong niya sa akin. inirapan ko siya at hinigit ko ang kamay ko sa kanya pero kinuha niya ulit at dinala sa hita niya habang nakatingin sa harapan ng kotse. Dahil nasa kalsada pa rin kami.

"Don't be Jealous Angela. She is just my childhood best friend. Mga bata pa kami noon. Magkaibigan ang mga Mommy namin kaya kami nagkakilala. Pero wala akong nararamdaman sa kanya." Paliwanag niya sa akin. Tumigil ang kotse sinasakyan namin at namalayan ko na lang nasa tapat na pala kami ng Amore.

Bababa na sana ako pero hinila niya ako ulit at mabilis niyang pinaglapat ang labi naming dalawa.

"I'll call you later Hon." Nakangiting sambit niya bago ako bitawan.

Chapter 38

Angela's POV

Pagpasok sa loob ng building ay napatingin pa rin sila sa akin. Hindi ko na lamang sila pinansin at tumuloy na ako sa office ko. Limang minuto bago mag ala-una ng tanghali ay nasa table na ako. Nandun na rin si Rose.

"Bakit?" Kunot noo na tanong ko kay Rose nakanguso kasi ito.

"Wala po ma'am Marinor. Hindi kasi kumain si sir Mathew kaya nagmadali din akong bumalik baka kasi kailanganin niya ako. Subsub po kasi sa trabaho." Paliwanag niya. Ibinaba ko ang bag ko upang puntahan siya. Kumatok muna ako bago ako pumasok. Nag-angat siya ng tingin nang lumapit ako sa kanya.

"Hindi ka daw kumain? Ano pong gusto niyo, mag-oorder na lang po ako sa labas sir?" Magalang na tanong ko sa kanya.

"Hindi na kailangan. Hindi naman ako nagugutom." Sagot niya sa akin. Hindi ko maiwasan na taasan siya ng kilay. Kanina lang niyaya niya akong kumain tapos nang hindi ako pumayag. Ayaw na rin niyang kumain?

"Sir, mahaba pa po ang araw. Kung gusto niyo samahan ko kayo dito kumain lang kayo." Paki-usap ko sa kanya. Nakita ko ang pagliwanag sa kanyang mukha.

"Angela, pwede bang wag mo na akong tawagin na sir? Hindi ako komportable at isa pa magkaibigan tayo dati sana naman may natitira parin akong halaga sayo." Malungkot na saad niya. Bigla tuloy akong naguilty dahil sa pinakita ko sa kanya.

"I'm sorry M-Mathew. Kung yan ang gusto mo sige. Pero wag na sana nating pag-usapan ang personal kong buhay lalo pa kung may kinalaman kay Rafael."

Bumuntong hininga siya bago tumango sa akin. Kaagad kong tinanong kung ano ang gusto niyang kainin at sinagot naman niya ako. Tumawag agad ako sa restaurant para magpahatid ng pagkain.

Makalipas ang labing limang minuto ay na- delivered na agad ang inorder ko. Maayos kong inilatag ang pagkain sa malaking mesa niya.

"Eat with me please. Just like the old times." Paki-usap niya sa akin. Ganitong-ganito din ang madalas naming kinakain noon. Buttered fried chicken kapag lunch sa school. Siya palagi ang nagluluto at binabaon namin saka namin nilalantakan sa ilalim ng puno ng ipil-ipil. Ang saya namin noon nagsusubuan pa kami. Kaya tuloy akala ng ibang hindi nakakakilala sa amin ay magkasintahan kaming dalawa. Malalim ang naging pagkakaibigan namin pero sa isang iglap natapos ang lahat.

"I'm sorry Mathew." Sambit ko. Pakiramdam ko naguguilty ako. Dapat kinausap ko muna siya bago ang nangyaring pag-alis ko sa bahay ampunan noon. Para sana nagkaroon kami ng maayos na paghihiwalay at hindi na siya nasaktan ng matagal dahil sa akin.

Tumayo siya sa upuan at humakbang palapit sa akin.

"Naintindihan ko. Tanggap ko ng mahal mo siya. Pero sana wag mo naman akong layuan. Mahalaga ka sa akin. At kung yun ang ikakasaya mo ay hahayaan na kita. Pero paki-usap Angela. Wag mo akong iwasan. Dahil lalo lang akong nasasaktan sa tuwing ginagawa mo yun. Hayaan mong kusang mawala ang pagmamahal ko sayo at matira na lamang ang pagiging kaibigan." Wika niya. Alam ko labis ko siyang nasaktan. Sino ba naman ako para hindi tangapin ang lahat ng sinasabi niya. Pinahid ko ang luhang namuo sa mga mata ko.

"Aray!" Singhal ko sa kanya ng pitikin niya bigla ang noo ko.

"Para kang bata, uhugin ka pa din!" Natatawang wika niya sa akin. Inis na hinampas ko siya kaya lalo lamang siyang natawa. Gumaan ang pakiramdam ko dahil sa ginawa niya kahit masakit ang pagpitik niya sa noo ko. Palagi niya kasing ginagawa yun sa akin noon kapag natutuwa siya sa akin. Pasalamat nga siya at naka pencil cut ako ngayon kung hindi nasipa ko na siya.

"Samahan mo na akong kumain hindi ko mauubos ito." Nakangiting sabi niya sa akin.

"Aysus! Hindi pala kayang ubusin tapos dalawang order pa ang binili mo." Inirapan ko siya at tumawa siya ulit. Kahit busog ako ay tumikim na lamang ako sa chicken. Nakakatakam din kasi ang itsura niya. At sarap na sarap pa siya ng kain.

Ayaw ko man aminin sa kanya pero namiss ko ang ginagawa namin ngayon. Habang nagkukwentuhan at kumakain ng masarap na friedchicken. Pakiramdam ko nabunutan ako ng tinik dahil sa magaan niyang pagtangap. Kung pwede ko nga lang ireto si Rose sa kanya ginawa ko na. Maganda din kasi ito at sexy. Maganda rin ang kutis nito. Pwede rin siyang magustuhan ni Mathew.

"Hindi ko akalain na may igaganda ka pa pala panget!"

Tinaasan ko siya ng kilay. Yun kasi ang tawagan namin noon. Okay na sana yung maganda eh kaso may kadugtong na pangit.

"Tsk! Ikaw nga. Gumwapo lang dahil sa business suit na suot mo pero panget ka pa rin naman!" Inis na irap ko sa kanya. Pagkatapos ay sabay kaming nagtawanan. Wala na ang awkwardness naming dalawa. Masaya na ulit kami kagaya ng dati.

"Pero grabe siguro ang ginawang pag-edit nila sa katawan mo sa magazine ano? Siguro mga professional ang gumawa noon para magmukha ka talagang dyosa!" Dagdag pa niya. Kaagad ko siyang binato ng buto ng manok na kinain ko.

"Grabeh ka naman! Walang edit doon! Hindi mo lang matangap na maganda na ako ngayon eh! Diba dati kung makalait ka sabi mo pa sa akin hindi mo ako magugustuhan dahil maitim ako? Kung hindi lang ako gumamit ng pampaganda hindi mo mapapansin na maganda din ako noh!" Mahabang paliwanag ko sa kanya bago ko siya irapan ulit. Nakalimutan na namin na oras nga pala ng trabaho tapos namamapak kami ng fried chicken sa loob ng office niya at nagtatawanan about sa nakaraan namin.

"By the way panget, doon ka ba uuwi sa asawa mo mamaya?"

Natigil ako sa pagkain. At tinignan siya nakangiti pa rin siya sa akin.

"Oo Mathew, kukunin ko lang ang ibang gamit ko kila Tita Frieda kapag dumating na sila. Tapos kakausapin ko na rin sila." Sagot ko.

"Tuluyan mo na bang iiwan ang Amore?"

Marahan akong tumango. Nagdesisyon na akong sundin si Rafael dahil yun ang gusto niya. At ayoko narin na magtalo pa kami tungkol dito.

"Kaw bahala, sigurado naman ako na kung gusto mong bumalik ay bukas sila Tita at Tito na tangapin ka."

Ngumiti na lamang ako bilang sagot sa kanya. Kaya nga hindi ko basta-basta maiiwan ang Amore dahil sa kanila.

Chapter 39

Angela's POV

Wala pang alas-singko nang tawagan ako ni Rafael. Aantayin daw niya ako mamaya pag-uwian. Kaya maaga kong tinapos ang lahat ng gagawin ko. Eksaktong uwian ay handa na rin ako sa pag-uwi. Nagpaalam na rin ako kay Mathew. May tatapusin pa daw kasi siya. Sobrang sipag niya talaga sunod-sunod ang naging meeting niya kanina at nasa tabi lang kami ni Rose para makinig. Hindi ko din akalain na sa maiksing panahon ay natutunan niya rin ang ginagawa ni Tito Augusto. Pansin ko din marami ang humahanga sa kanya dito. Paano ba naman kasi, gwapo naman talaga ito. Kaya nga nagtataka ako dahil hangang ngayon wala pa rin siyang girlfriend.

"Sigurado ka bang mamaya ka na panget?" Tanong ko sa kanya.

"Oo, wag mo na akong alalahanin, bumaba ka na lang at baka nandun na ang sundo mo." Wika niya habang nagsusulat sa blue book.

"OKay, see you tomorrow!" Paalam ko sa kanya. Kumaway pa siya sa akin bago ko isinara ang pinto. Kaagad akong bumaba sa elevator. Palabas pa lang ako ay kita ko na ang nagkokompulan na empleyado palabas.

"Hoy! Totoo palang napakagwapo ng CEO ng Valdez International Corporation na si Rafael Valdez!"

Nadinig kong wika ng babae sa unahan ko.

"Oo nga at hindi ka maniniwala si Ma'am Marinor ang pinupuntahan niya dito!" Sabi naman ng kausap niya.

"Wow ang swerte naman pala ni Ma'am Marinor. Bukod sa napakaganda ay napakasexy pa. Parang gusto ko na rin tuloy magdiet!" Kinikilig na dagdag pa nong isa. Hindi ko tuloy alam kung paano sila hahawiin dahil nasa gitna sila ng daan.

"Angela!"

Napa-angat ang tingin ko nang tawagin niya ako. Kanina nakasandal lang siya sa kotse niya. Ngayon nasa akin na naman ang tingin ng lahat.

Humakbang siya palapit sa akin. At hinalikan niya ako sa labi. Napaawang ang labi ko. Ramdam ko pa ang pagsinghap ng mga tao sa paligid namin. Hindi talaga siya nahihiyang ipangalandakan na ako ang girlfriend niya. Hindi ko alam ang magiging epekto nito sa mga tao. Pero ayoko ng isipin yun. As long as masaya kami ni Rafael ay masaya na rin ako.

Besides asawa ko naman siya kaya okay lang naman siguro yun.

"Nakita mo ba ang tinginan ng mga empleyado kanina sa Amore?" Nakangiting tanong niya sa akin.

"Bakit? Ganun din ba ang tingin sa iyo ng mga babaeng nasa kompaniya niyo?"

Natawa siya nang makita ang reaction ko. Sigurado akong alam niya na naiinis ako.

"Hindi ko na kasalanan yun Hon. Kaya masanay ka na lang okay?"

"Tsk, Ang hangin talaga." Bulong ko. Pero sigurado akong narinig niya yun.

"Saan tayo pupunta?"

Napansin ko kasing hindi sa mansyon ang tuloy namin.

"Birthday kasi ni Inigo, kaya pupunta tayo sa kanila." Sagot niya sa akin. Hindi na ako muling nagtanong pa. Napansin ko na lamang ang pagtigil niya sa isang mamahaling subdivision. Hindi kagaya ng ibang subdivision na dikit-dikit ang bahay. Dito ay magkakalayo ang mga bahay. Magaganda din ang mga yun. Sigurado ako kung hindi millionaryo ang mga nakatira doon mag billionaryo dahil sa structure ng mga bahay.

"Pamilya ni Inigo ang may-ari ng Subdivision na ito. Isa lang ito sa pagmamay-ari nila. May sarili din siyang bahay dito na siya lang ang nakatira." Paliwanag niya sa akin. Alam ko naman na mayayaman ang pamilya nila. Kaya hindi na rin ako nagtataka sa mga sinabi niya sa akin. Malaki din naman ang bahay ni Rafael. Pero wala yun sa subdivision at mas malawak ang garden.

"Dito na tayo." Wika niya. Kaagad kong pinasadahan ang tingin ng bahay na tinigilan namin. Puro glass ito at tatlong palapag. Napakaganda din ng kulay itim at puti na pintura sa semento. Bukod doon ay malawak din ang hardin nila at may parking space pa.

Kakababa ko pa lang ng kotse nang bigla niya akong salubungin.

"Binibini! Miss na miss na kita! Alam mo ba kung gaano ako nag-alala sayo?" Parang bata na sabi niya sa kin. Naramdaman ko na lang ang pagtangal ni Rafael sa kamay niya na nakayakap sa akin.

"Kapag niyakap mo siya ulit uuwi na lamang kami." Seryosong wika ni Rafael. Natawa naman si Inigo sa sinabi niya.

"Ikaw naman hindi ka na mabiro. Na miss ko talaga siya."

Natutuwa naman ako. Matagal din ang isang taon pero wala pa ring nagbago. Lalo pa silang nagiging gwapo sa paningin ko.

"Pasok na kayo, nasa loob na ang tropa."

Nauna siyang maglakad sa amin at nakahawak naman si Rafael sa beywang ko.

"Nakakahiya, bakit hindi mo sinabi sa akin na birthday ni Inigo? Wala tuloy tayong regalo. Tapos ganito pa ang suot ko. Hindi man lang tayo nagpalit muna ng damit." Inis na sabi ko sa kanya.

"Bakit ba kailangan mo pang magbihis? Saka hindi mo na kailangan pang magdala ng regalo. Dahil nasa kanya na ang lahat. Ako na lang ang regaluhan mo mamaya pag-uwi natin."

Kaagad ko siyang kinurot sa tagiliran dahil alam ko na naman ang tumatakbo sa isip niya.

Pagpasok namin sa loob ay nakita ko agad ang mag kaibigan niya. Napayuko ako nang makita ko si Fernan. Bigla ko tuloy naalala ang ginawa kong pagsisinungaling sa kanya.

"Angela my love!"

"Bernard?" Kunot noo kong tanong. Mukhang lasing na siya.

"Alam mo bang one hundred copies ng magazine mo ang binili ko at dinikit ko sa kwarto ko?" Nakangisi niyang sabi.

"Gag*!" Galit na sigaw ni Rafael. Mabilis naman lumapit ang iba pa nilang kaibigan at hinawakan si Rafael dahil my balak na itong sumugod kay Bernard.

"Easy lang Rafael! Niloloko ka lang ni Bernard nakainom na kasi. Saka birthday ko ngayon kaya wag kayong mag-away." Pigil ni Inigo sabay kindat sa akin.

"Isa ka pa!" Singhal ulit ni Rafael kay Inigo naman dahil hindi nakaligtas sa matalim niyang tingin ang ginawa ni Inigo.

"Wag kang mag-alala naka-move on na ako kay Binibini. Dahil natagpuan ko na ang babaeng pakakasalan ko." Nakangiting wika niya. Mukhang totoo ang sinasabi niya dahil nakita ko ang ning-ning sa kanyang mga mata.

"At sino naman ang malas na babaeng yun? Si Lorna? Si Mayda? O si Fe?" Nagatawanan silang lahat. Pati ako ay nakitawa na rin.

"Mga Loko kayo!"

Natigil lang ang pagtatawanan namin nang may makita akong magandang babae na lumabas mula sa kitchen. May dala siyang tray na may nakalagay na juice. Ngunit ang mas lalong pinagtaka ko. Derecho lang ang tingin niya at wari ko ay binibilang niya ang kanyang mga hakbang.

Nagkatinginan kami ni Rafael at mukhang parehas kami ng iniisip.

"Sir Inigo. Ito na po ang juice na inutos niyo." Wika niya.

"Bakit ikaw ang nagdala dito? Ang sabi ko lang ikaw ang magtimpla eh kung natilapid ka? Tapos madapa ka pa?" Saway ni Inigo.

Lahat kami ay sa kanya nakatingin. Pati ang dalawang kasamang babae ni Fernan ay nakangisi din na nakatingin sa kanya.

Naagaw ng attensyon ko ang maganda niyang mga mata. Ngunit nakakalungkot dahil halata sa kilos niya na wala siyang makita.

Chapter 40

Angela's POV

Mag alas-dyes na ng gabi nang magpaalam kami sa kanila. Nakaramdam na rin kasi ako ng pagod at kailangan pa naming gumising bukas ng umaga. Nagka-usap na din kami ni Fernan at humingi na rin ako ng pa-umanhin. Naiintindihan daw niya ako kung hindi ko sinabi ang totoo sa kanya. Nakakatuwa din si Inigo dahil mukhang tinamaan talaga siya doon sa katulong niyang bulag. Iba kasi ang ningning ng mga mata niya. Pagkatapos niya kaming bigyan ng maiinom ay umalis na rin ito dahil pina-akyat na siya ni Inigo. Natakot ata na sulotin ni Bernard masyado kasing clingy ang isang yun. Kaya nga naiinis si Rafael sa kanya at panay dikit sa akin. Mabuti na lamang at matibay ang pagkakaibigan nila. Dahil kung hindi baka nagbubugan na sila sa selos.

"Napagod ka ba?" Tanong niya sa akin nang makauwi na kami. Nakaupo ako sa gilid ng kama. Katatapos ko lang din mag-shower at kakalabas lang din niya sa banyo.

"Oo, kaya matulog na tayo. Dahil maaga pa tayo bukas" Sagot ko.

"Isang linggo lang ang binigay ko sayo bago ka umalis sa Amore diba?" Wika niya sabay masahe sa likod ko.

"Oo na, pagkarating na pagkarating nila kakausapin ko agad sila." Sagot ko.

"Good, dahil ayokong mahirapan ka kung sakaling dinadala mo na ang anak natin."

Lumingon ako sa kanya. "Bakit? Alam mo na ba agad kung buntis ako?" Natawa siya sa sinabi ko.

"We made love kaya for sure nag-uumpisa ng mamuo yan sa maliit mong tiyan."

Dahan-dahan niya akong hiniga at hinila niya ako papunta sa kanya. Magkaharap kaming dalawa at isang dangkal lang ata ang layo ng mga mukha namin.

"Kung hindi ka pa rin kumbinsindo. Pwede naman tayong gumawa ulit ngayon." Nakangiting sabi niya. Wala talagang kapaguran ang lalaking ito. Paano ko ba naman mahihindian kong hindi pa ako tumututol ay nag-uumpisa na namang gumapang ang mga kamay niya sa hita ko.

Tuluyan na akong iginupo ng antok pagkatapos naming magtalik ng isang beses. Sobrang pagod ko talaga pero hinayaan ko na lang siya. Nakayakap niya ng mahigpit sa aking beywang habang nakasubsob naman ang mukha ko sa kanyang dibdib. Hubad parin ang aming katawan at nakabalot ng makapal na kumot dahil sa lamig na nagmumula sa kwarto.

Kinabukasan ay sabay ulit kaming pumasok. Hinatid niya ulit ako sa Amore. Pag-akyat ko sa office ay nadatnan ko na doon si Rose. Mukhang kakarating lang din niya.

"Hi Rose! Goodmorning!" Masayang bati ko sa kanya.

"Hi Marinor, goodmorning din. Nga pala may problema tayo. Hindi ata papasok si Sir. Mathew." Wika niya sa akin.

"Bakit daw?" Kunot noo kong tanong.

"May sakit daw siya tumawag sa akin. Ipinapahatid nga sa akin ang mga pipirmahan niyang mga papeles. Kaso hindi ko naman alam kung nasaan ang bahay nila Sir. Augusto. Hindi rin ako marunong sa address na binigay niya."

"Eh, bakit naman doon ihahatid?" Nagtatakang tanong ko. Kasi nasa Korea pa sila Tita at Tito.

"Doon siya nakatira ngayon." Sagot niya sa akin na ikinagulat ko.

"Diba doon ka din nakatira dati? Pwede bang ikaw na lang ang maghatid? Marami pa kasi akong tatapusin. Kailangan ko pang e-email sila Sir Augusto." Paki-usap niya sa akin.

Tumango na lamang ako. Kasi alam kong importante ang mga kailangan niyang pirmahan. Bukod doon nag-aalala din ako sa kanya. Okay pa siya kahapon noong umalis ako eh.

Kaagad kong kinuha kay Rose ang mga papers at nagpaalam na rin akong babalik before lunch dahil paniguradong susunduin ako ni Rafael. Yun kasi ang sinabi niya kanina sa akin.

Pagbaba ko sa building ay nagpahanap na agad ako ng taxi. Kaya mabilis akong nakasakay papunta sa bahay nila Tita Frieda. Hindi ko alam na doon pala siya nakatira. Masyado nga siguro silang close ni Tito. Alam niya kayang doon din ako nakatira kung hindi ako napunta kay Rafael?

Pagkababa ko sa taxi ay dumirecho na ako sa guest room. Andon daw kasi ito at nagpapahinga sabi ng kasambahay. Nakailang katok pa ako bago bumakas ang pinto.

"Angela…." Maang na sambit niya. Nagulat ata siya sa pagsulpot ko. Kaya lang umiwas ako ng tingin dahil nakaboxer short lang siya at nakita ko na ang katawan niya.

"Akala ko ba nilalagnat ka? Bakit ganyan suot mo?" Kunot noo kong tanong pero hindi ko pa rin siya tinitignan.

"P-pasensiya na! Sandali lang magbibihis lang ako. Uminom kasi ako ng gamot kaya pinagpawisan na ako." Wika niya sabay sarado ng pinto. Sumandal na lamang ako sa gilid at inantay ko siyang pagbuksan niya ulit ako.

Wala pang limang minuto ay bumukas na ang pinto. Nakaputing T-shirt na siya at jogging pants na kulay gray. Ngayon ko lang napagtanto na malaki na ng pinagbago niya. Lumaki na din ang katawan niya at nagkaroon na rin siya ng muscles sa tiyan.

"Pasok ka."

Tumuloy ako sa loob at ipinatong ang mga papeles na dapat niyang pirmahan ngayong araw sa ibabaw ng mesa.

"Kumusta na pakiramdam mo?"

Umupo ako sa upuan na nasa tabi ng mesa. Siya naman ay umupo sa tabi ng kama. Naayos na rin niya ang medyo mahaba na niyang buhok na kanina lang ay gulong-gulo.

"I'm okay, naambunan kasi ako kahapon. Kaya siguro nagkasakit ako. Pero okay na ako ngayon." Nakangiting sabi niya sa akin.

"Kumain ka na ba? Gusto ipagluto kita ng sofas bago ako umalis?" Alanganin siyang tumango.

"Kaw bahala."

Nagpaalam akong bababa sa kitchen upang ipagluto siya ng sofas. Paborito kasi namin yun noon. Lagi naming kinakain yun sa Canteen kapag may luto sila. Siguro naman pagbalik ko ay tapos na niya pirmahan ang mga kailangan kong documento.

Tinulungan ako ni Manang Sonia maghanda kaya mabilis kong naluto ang sofas. Umakyat na agad ako pabalik sa kwarto niya bitbit ang isang mangkok ng sofas.

Hindi na ako kumatok dahil bukas naman ang pinto. Naabutan ko siyang nagpipirma pa rin. Habang binabasa ang mga documento.

"Kumain ka muna Mathew, habang mainit pa ito." Wika ko sa kanya sabay patong sa tabi niya ng mangkok.

"Ikaw ba? Bakit isa lang dinala mo?" Kunot noo niyang tanong.

"Okay lang, busog pa ako. Saka kakain kami ni Rafael mamayang lunch." Nakangiting sagot ko.

Ngumiti lang siya sa akin at itinabi ang mga documento. Nagsimula na siyang kainin ang dala ko at kita ko naman sa ngiti niya na nasarapan siya.

"This is the best sofas na natikman ko."

"Aysus! Ubusin mo na yan. May pambobola pa eh." Nagkatawanan kaming dalawa. Just like the old days.

Nagpaalam siya sa akin na siya na lang daw ang magliligpit ng pinagkainan niya at nahihiya daw siya sa akin. Kaya hinayaan ko na lamang. Pagbalik niya ay may bitbit na siyang tea pot at dalawang maliit na tasa.

"Mag-tsaa ka muna, habang tinatapos ko ito." Wika niya. Sinalinan niya ang dalawang tasa ng tsaa at ibinigay sa akin ang isa.

Naamoy ko naman ang jasmin tea kaya ininom ko na rin dahil nakakarelax ang amoy niya. Pati na rin sa katawan. Ito kasi ang madalas na inumin namin noon sa Korea kaya nasanay na din ako.

Pagkatapos kong mainom ay inilapag ko na ang tasa sa mesa. Sumandal muna ako sa sofa at inilapat ang likod ko sa malambot na sandalan ng sofa. Bumigat ang aking talukap at hindi ko na namalayan na tuluyan na pala akong nilamon ng antok.

Chapter 41

Mathew's POV

Tahimik 'kong pinagmasdan ang kanyang magandang mukha habang nasa ibabaw siya ng aking kama. Mula noon hangang ngayon hindi nabawasan ang nararamdaman ko para sa kanya.

Siya pa rin ang babaeng mahal ko. Ang babaeng gusto kong makasama habang buhay. Ang babaeng gagawin ko ang lahat makuha ko lamang siya. Mula nang makita ko ang larawan niya kasama si Athena. Ay ginawa ko na ang lahat para alamin ang nangyari kung paano siya nakarating sa pangangalaga ni Tito. Nalaman ko kasi kay sister Sandy na hinahanap daw nila ito. Kaya tinalikuran ko ang negosyo namin upang pumasok sa Amore. Nang sa ganoon magkaroon ako ng pagkakataon na mapalapit ulit kay Angela. Mas humanga ako sa kanya nang makita ko siyang naging modelo ng isang brand ng Amore.

Hindi na siya mawala sa isip ko. Nang makita ko siyang muli ay ayaw ko na siyang bitawan sa pagkakayakap ko sa kanya.

Mahal ko siya. Kaya noong nalaman ko ang ginawa ni Rafael mas naging porsigido pa akong makuha siya. Wala akong paki-alam kung mas mahal niya ito. Dahil sigurado akong mahal din ako ni Angela. Kung hindi siya pinilit ng umampon sa kanya na ipakasal siya kay

Rafael. Kami sana ang magkasama ngayon. Sabay pa rin sana naming tinupad ang pangarap namin.

Ngunit hindi ko na maibabalik yun. Ang kailangan ko na lamang gawin ay ang sirain silang dalawa upang bumalik siya sa akin. Dahil ako ang tunay na nagmamahal kay Angela. Noong malaman kong iniwan niya si Angela noong araw ng kasal niya ay tinangka ko siyang kausapin ngunit laging nakabantay ang dalawa pa niyang kaibigan.

Inaamin kong hindi ko kayang makipag-kompetensiya sa kanya dahil hindi naman ako kasing yaman nila ang tanging pinanghahawakan ko lang ay ang pagiging magkaibigan namin ni Angela. Alam ko mahalaga parin ako sa kanya at sana mapatawad niya ako.

Naramdaman ko ang pagmulat niya ng mata. Sinalubong ko ng ngiti ang kanyang mga mata. Ngunit nanlaki ang mata niya nang makita ako.

"Mathew, anong ibig sabihin nito?!"

Niyakap niya ng putting kumot ang kanyang hubad na katawan. At kaagad siyang tumayo sa kama.

"Anong ginawa mo sa akin!" Umiiyak na sigaw niya. Imbis na maawa ay nilakasan ko ang loob ko. Ito lang ang paraan para makuha ko siyang muli kaya kailangan kong tangapin ang galit niya sa akin. Tumayo ako at lumapit sa kanya. Nanlaki ang mata niya nang makita akong naka boxer na lamang umatras siya sa akin.

"Wag kang lalapit! Anong ginawa mo sa akin Mathew!" Umiiyak na sigaw niya sa akin.

"I'm sorry Angela, mahal kita kaya ko nagawa ito sa'yo." Mahinahon na wika ko. Sumugod siya sa akin at pinaghahampas ako.

"Walang hiya ka! Bakit mo to ginawa! May asawa ako Mathew!" Umiiyak na sigaw niya sa kin habang patuloy niyang hinahampas ang dibdib ko. Hindi ko siya pinigilan ngunit niyakap ko siya ng mahigpit.

"Hindi ka niya mahal, Angela! Ako ang tunay na nagmamahal sayo!" Pilit siyang kumakawala sa akin at itinulak niya ako.

"Tarantado ka! Nagtiwala ako sa'yo dahil kaibigan kita! Pumunta pa ako dito dahil nag-aalala ako sa'yo tapos ganito lang ang gagawin mo sa akin?!"

Tuluyan na siyang lumuhod sa sahig. Parang dinudurog ang puso ko sa sakit habang pinapanuod ko lamang siyang nagsisisi sa ginawa namin. Ginusto ko ang nangyari. Alam ko mali ang paraan ko pero hindi ko na alam kung paano ko pa siya makukuha kay Rafael kung makaalis na siya sa Amore.

"Angela…wala akong pinagsisisihan kahit magalit ka pa sa akin. Mahal na mahal pa rin kita."

Matalim na tingin ang ipinukol niya sa akin.

"Kahit kailan…. Hindi kita mapapatawad sa ginawa mo sa akin." Madiin na salitang binitawan niya. Bago niya pinulot ang lahat ng damit niyang nagkalat sa sahig.

"Wag ka ng magpapakita pa sa akin dahil ayoko ng makita ang mukha mo." Umiiyak na wika niya sa akin.

Pagkatapos ay binuksan niya ang pinto. Ngunit tumigil siya at nalaglag lahat ng damit niya sa sahig.

"R-rafael......"

Tinulak niya si Angela at pumasok ng tuluyan sa loob ng kwarto. Galit na galit ang itsura niyang tumingin sa akin.

"Hay*p ka!"

Isang malakas na suntok ang dumapo sa mukha ko kaya tuluyan akong natumba sa sahig. Nasapo ko ang duguang labi. Lumuhod siya at dumagan sa akin. Sunod-sunod niya akong pinaulanan ng suntok.

"Tama na! Rafael! Baka mapatay mo siya!" Pigil ni Angela. Lumapit siya sa amin at pilit na hinihila si Rafael na nakadagan sa akin. Nahihilo na ako sa sunod-sunod niyang suntok sa mukha ko.

"Wag kang maki-alam dito!"

Tinulak niya ito kaya napaupo siya sa sahig.

"Wag mo siyang saktan!" Pilit na sigaw ko sa kanya.

"Wala kang paki-alam! Hayop ka! Papatayin kita!"

"Rafael tama na!" Umiiyak na sigaw ni Angela.

Halos hindi ko na mai-angat ang ulo ko dahil sa sunod-sunod na suntok niya sa kin. Hangang sa may pumasok na na ibang tao sa loob ng kwarto namin at tinulungan nilang ilayo si Rafael sa akin. Naramdaman ko ang dugong umaagos sa mukha ko ngunit ang mas masakit ang mga luhang tumutulo sa pisngi ni Angela habang nakatingin sa akin. Ang awa na nakikita ko sa kanyang mga mata at ang takot na kung anong gagawin ni Rafael sa kanya dahil sa naabutan niyang sitwasyon namin.

"Bitawan niyo ako!" Sigaw ni Rafael at pinagtutulak niya ang mga humahawak sa kanya.

"Rafael... tama na... maawa ka..."

Nabaling sa kanya ang tingin ni Rafael. Kaagad niyang kinaladkad si Angela palabas. Kahit wala pa itong saplot at tanging puting kumot lang ang nagtatakip sa hubad niyang katawan.

Narinig ko pa ang impit niyang iyak dahil siguro sa sakit ng paghawak sa kanya ni Rafael. Kahit masakit pa ang mga sugat ko ay hinabol ko sila at pinigilan ko ang paglabas niya sa kwarto.

"Bitawan mo siya! Pagkatapos mo siyang ipagtabuyan noon ngayon kukunin mo ulit siya! ang kapal naman ng mukha mo!"

"Mathew tama na!"

Isang nakakamatay na tingin ang ipinukol niya sa akin. At malakas na hinila si Angela mula sa pagkakahawak ko sa braso niya.

Kaagad siyang lumapit sa akin at sinikmuraan ako. Napaluhod ako sa sakit. Malakas talaga siya! Pero wala akong paki-alam. Sigurado akong sasaktan niya si Angela kapag hinayaan ko siyang makaalis dito.

"Subukan mo ulit akong pigilan. At subukan mo ulit lumapit sa kanya. I will kill you with my own hands."

Marahas niyang hinila ulit si Angela at tuluyan na niyang inilayo sa akin.

"Angela!"

Chapter 42

Angela's POV

Napuno ng takot ang dibdib ko nang bumungad sa akin ang madilim na mukha ni Rafael. Hindi ko inakalang ang pagpunta ko dito sa bahay at ang pakikipagkita ko kay Mathew ay magdudulot ng gulo sa pagitan naming dalawa.

Nagtiwala ako sa kanya dahil kaibigan ko siya pero hindi ko makapaniwalang magagawa niya sa akin ang ganong kasamang bagay. Akala ko ay tangap na niya na, akala ko okay na ulit kami. Pero nagkamali ako dahil sa likod ng mga ngiti niya sa akin ay ang maitim niyang plano.

Takot na takot ako habang walang tigil niyang sinasaktan si Mathew. Ngayon ko lang siya nakitang nagalit siya ng ganito at kung hindi ko pa siya pipigilan baka matuluyan niya si Mathew. Hindi ko pa rin kayang saktan niya ito dahil alam kong nagawa lang niya ang kapangahasang yun dahil sa pagmamahal niya sa akin pero mali! Mali ang ginawa niya! Gusto kong magalit sa kanya pero huli na ang lahat. Wala na akong magawa, hindi ko maipagtangol ang sarili ko dahil hindi ko alam ang nangyari.

Papauwi na kami sa mansyon ay walang tigil pa rin ang luha ko. Ni hindi niya ako hinayaan na magbihis. Basta na lang niya ako marahas na kinaladkad palabas ng bahay nila Tita Frieda. Hindi ko din alam kung paano siya nakarating doon. Punong-puno ako ng pagsisisi, alam kong hindi niya ako mapapatawad. Ngayon pa nga lang nasa sasakyan kami ay hindi niya ako tinatapunan ng tingin pero alam kong galit siya dahil matalim ang tingin niya sa daan habang binabaybay namin pauwi sa mansyon.

Natatakot ako sa pwedeng mangyari, sa pwede niyang gawin sa akin. At sa iniisip niya sa mga oras na ito. Pero kasalanan ko ang lahat. Kasalanan ko nagtiwala ako kay Mathew.

Hindi ko na namalayan na nakarating na pala kami sa mansyon. Kaagad siyang bumaba at marahas niya akong hinila. Nasasaktan ako, sobrang sakit ng paghawak niya at pagkalakad sa akin. Malalaki ang hakbang na tinungo namin ang hagdan paakyat. Tanging kumot parin ang nagtatakip sa aking katawan. Hindi ko man lang nadala ang bag at ang mga damit ko.

Nasalubong namin si Lola at nakita ko ang pag-aalala sa kanyang mukha.

"Rafael? Anong nangyari?" Humarang siya kay Rafael.

"Please Grandma, hayaan mo muna kami." Walang emosyon na wika ni Rafael sa kay Lola. At muli niya akong hinila.

"Rafael! Angela!"

Narinig kong tawag ni Lola pero hindi na siya nilingon pa ni Rafael. Pagpasok namin sa kwarto ay parang laruan niya akong hinagis sa kama. Nagulat ako nang bigla niyang suntukin ang pader.

"R-rafael….." Humihikbing sambit ko.

"Tell me…mahal mo ba ako Angela?" Tanong niya sa paos na boses. Kahit nakaharap siya sa pader ay alam kong umiiyak siya. Nasasaktan siya nang dahil sa ginawa ko.

"Mahal ki—"

"Then why did you fool me!" Sigaw niya sa akin. Tumingin siya sa akin. Gumuguhit sa aking puso ang sakit ng nakikita ko sa kanyang mga mata.

"Hindi ko alam na mangyayari yun, hindi ko sinasadya,"

"F*ck you Angela!"

"Hindi mo alam? Pumunta ka doon kayo lang dalawa tapos hindi mo alam?! Hindi mo sinasadyang nagsex kayo?! Sinong niloko mo!"

Dumagundong ang boses niya sa buong kwarto. Lalong nanginig ang laman ko dahil sa takot ko sa kanya. Naririnig ko din ang pagkatok ni Lola sa labas. At pilit na pinipigilan si Rafael sa pwede niyang gawin sa akin.

"Rafael magkinig ka muna sa akin. Please…"

Tumayo ako at akmang lalapitan siya pero tinulak niya ako ulit kaya napaupo ulit ako sa kama.

"Wag mo akong hahawakan! Wag na wag mo akong lalapitan! Madumi kang babae!"

Pagkatapos niyang sabihin yun ay kagaad niya akong tinalikuran.

"Rafael!"

Tinungo niya ang pinto at marahas iyong binuksan. Nakita ko si Lola. At kaagad siyang lumapit sa akin. Nawala na sa paningin ko si Rafael dahil tuluyan na siyang umalis.

"Anong nangyari?" Nag-aalalang tanong ni Lola sa akin.

"Lola, I'm sorry po hin-di ko alam na gagawin yun ni Ma-thew. Hindi ko alam na gagawin yun ng tinurong kong kaibigan. Nagising na lamang ako ng wala na kong saplot sa katawan at naro-on na si Rafael." Humihikbing wika ko sa kanya.

Akala ko magagalit siya sa akin pero niyakap niya ako. Napaluhod ako sa sahig. Naawa ako sa sarili ko pero mas naawa ako kay Rafael. Hindi ko alam kung may karapatan ba akong magpaliwanag sa kanya. Dahil hindi ko rin alam kung may nangyari sa amin ni Mathew.

"Shhh... tama na umayos ka maglinis ka na ng katawan at magbihis ka. Kung pinilit ka ng Mathew na yun kailangan natin siyang kasuhan." Wika ni Lola na ikinatigil ko sa pag-iyak.

"Lola...ako po ang pumunta sa bahay nila Tita Frieda dahil doon pala siya nakatira. Hindi ko naman po alam na may plano pala siyang sirain kami ni Rafael. Tinuring ko siyang kaibigan at nag-aalala ako sa magiging epekto nito kay Rafael kapag nalaman ng ibang tao na pinagsamantalahan ako ng ibang lalaki." Wika ko sa kanya. Gulong-gulo na ako. Ang gusto ko lang ay makausap ulit si Rafael pero paano ko gagawin yun? Galit na galit siya sa akin?

"Okay, ako na ang kakausap kay Rafael. Ayusin mo ang sarili mo ha?"

Niyakap niya akong muli. Nagpasalamat ako sa kanya dahil imbis na magalit siya sa akin ay inintindi niya pa din ako at alam kong naniniwala siya sa mga sinabi ko sa kanya.

Lumipas ang magdamag ay hindi na ulit bumalik si Rafael. Kakantay ko sa kanya ay inabot na ako ng madaling araw bago ako nakatulog.

Pugto ang mga matang humarap ako sa salamin. Pinagmasdan ko ang aking sarili. Naalala ko ang huling sinabi niya sa akin.

"Marumi kang babae!"

Paulit-ulit na kumikintal sa aking isip at gumuguhit sa aking puso ang sakit. Umupo ako sa kama at tulalang nakatingin sa kawalan. Nang bumukas ang malaking pinto.

"Rafael!"

Kaagad akong lumapit sa kanya at niyakap ko siya ng mahigpit. Ngunit walang emosyon ang mga mata niya. Hindi ko na nakikita sa mga mata niya ang pagmamahal niya para sa akin.

Tinangal niya ang kamay ko at tinalikuran ako. Lalabas na sana siya sa pinto ng pigilan ko ang kamay niya.

"Please…. wag mong gawin to. Alam kong galit ka sa akin. Saktan mo ako, sampalin mo ako, kahit murahin mo pa ako. Tatangapin ko. Mapatawad mo lang ako."

Nag-unahang magbagsakan ang mga luha ko. Nasasaktan ako at wala akong magawa kung paano maiibsan ang sakit na nararamdaman ko.

"I told you not to touch me with your dirty hands." Mariing wika niya. Binitawan ko ang kamay niya.

"Please… kausapin mo ako. I'm sorry…" Usal ko sa pagitan ng paghikbi.

"Nagkamali ako na minahal kita Angela…"

Chapter 43

Angela's POV

Nagpatuloy ang malamig niyang pakikitungo sa akin. Ilang araw na ang lumipas pero para lang akong hangin sa kanyang paningin. Hindi ko na siya ulit tinangkang kausapin pa dahil alam kong hindi pa rin niya akong kayang patawarin. Hirap na rin ang kalooban ko. Magkasama nga kami sa isang bahay, magkatabi sa iisang kama pero. Pero parang hindi niya ako nakikita. Ginugul niya ang oras sa trabaho sa umaga pero kapag gabi na ay lasing siyang umuuwi. Kahit si Lola ay walang nagawa sa kanya.

Bukas ng gabi ang 60th birthday ni Lola pero hindi pa rin kami nagkakaayos ni Rafael. Miss na miss ko na siya gusto ko siyang yakapin at halikan pero alam kong nandidiri na siya sa akin.

Alas-dyes na ng gabi pero wala pa rin siya. Hindi ko maiwasan ang mag-alala sa tuwing ginagabi siya ng uwi. Pero wala naman akong lakas ng loob para tanungin siya. Kausapin man lang siya. Nahihirapan na ako, sa trato niya saa kin.

Kaagad akong tumayo sa kama nang marinig ko ang pagdating ng kotse sa baba. Tumungo ako sa veranda upang silipin kung si Rafael na nga yun dahil kanina pa naman nakauwi si Lola at sabay kaming naghapunan.

Kagaya nga ng inaasahan ko bumaba si Rafael sa sasakyan. Ngunit ibang sasakyan ang naroroon at hindi ang madalas niyang ginagamit kapag pumapasok siya sa kompanya.

Nakita ko ang paglabas ng maputing legs sa driver seat ng sasakyan. Hinantay kong makalabas ng tuluyan ang driver na naghatid sa kanya ngunit ganun na lang ang pagkadismaya ko dahil nakita ko si Madelaine. Kakaagad niyang nilapitan si Rafael at tinulungan niya itong maglakad.

Kahit nakapantulog na ako ay kaagad akong lumabas sa kwarto at bumaba sa hagdan upang puntahan siya.

"Rafael!"

Napatingin silang dalawa sa akin. Ngunit nagiwas din ng tingin si Rafael at nanatiling naka-akbay sa kay Madelaine. Parang sinasaksak ang puso ko dahila ng isang kamay ni Rafael ay nakapaikot sa bewang niya at ang isa naman na naka-akbay at nakahawak sa kamay ni Madelaine.

"Ako na mag-aakyat sa kanya." Wika ko kay Madelaine. Sabay kuha sa braso niya. Ngunit tinapik niya ang kamay ko.

"No! Sino may sa-bi sayong pwede mo akong ha-wakan!" Lasing na sigaw niya sa akin.

Nakita ko ang pagngisi ni Madelaine. Kaya lalo akong nanliit sa aking sarili. Kinakagat ko ang ibabang labi upang pigilan ang pag-iyak. Hindi pwedeng makita ako ni Madelaine na ganito dahil paniguradong lalo lang niya akong mamaliitin.

Hinayaan ko siyang i-akyat si Rafael. Nakasunod lang ako sa kanilang dalawa.

"Ang bigat mo Rafael!" Natatawang wika ni Madelaine. Ramdam ko ang hingal niya dahil talagang hirap si Rafael sa paglakad. Tumigil sila sa paghakbang. Akala ko ay lilingunin niya ako ngunit dumako ang labi niya sa leeg ni Madelaine na ikinasinghap ko.

"Ano ba! Nakikiliti ako!"

Hindi ko mapigilan na ikuyom ang aking kamao. Para akong itinulos sa sahig dahil hindi ko na kaya pang humakbang.

"Doon pa rin ba sa dati ang kwarto mo?" Tanong niya. Tanging ungol lang ang sinabi ni Rafael sa kanya. Ngunit pagkatapat nila sa pinto ay tumigil ulit sila sa paghakbang.

"Ayo-kong ma-tulog diyan. Dalhin mo ako sa guest-room." Wika niya sa seryosong boses.

"Rafael." Tawag ko sa kanya pero hindi niya ako nililingon.

Dumerecho sila sa kasunod na pinto. At doon sila pumasok. Hindi ko alam kung susundan ko ba sila o papasok na lamang ako sa kwarto. Naninikip ang dibdib ko hindi ko alam kung anong gagawin ko. Bahala ng magalit siya pero hindi ko hahayaan na magtagal ang babaeng yun sa kwarto na yun.

Huminga ako ng malalim at nilakasan ko ang aking loob na humakbang papunta sa pinto kung saan sila pumasok. Nanginginig kong hinawakan ang doorknob at nang hindi ito naka-locked ay kaagad kong binuksan yun.

Nakita ko ang pagtayo ng mabilis ni Madelaine. Nakaupo din si Rafael sa kama. Hindi nakaligtas sa mata ko ang nakababang strap ng damit niya at sinadya niya pang ipakita sa akin kung paano niya itinaas yun. Pati na rin ang pagtaas niya ng zipper sa gitna ng dibdib niya.

"Hindi ka ba ma-runong ku-matok?!" Sigaw ni Rafael. Umigting ang kanyang panga habang nakatingin sa akin. Pinilit kong patatagin ang aking sarili na hindi ako mabuwal sa harapan nila kahit ramdam ko ang panginginig ng aking mga tuhod.

"S-salamat sa paghatid sa asawa ko. Makakauwi ka na." Wika ko habang nakatingin kay Madelaine. Ngunit nginisihan niya ako at tinignan niya ako ng may paghagod mula ulo hangang pa. Pagkatapos niya akong pasadahan ng tingin ay nkangiti siyang umiling. Bago hinarap ulit si Rafael.

"See you tomorrow Rafael." Malambing na wika niya at ginawaran niya ito ng halik sa pisngi. Pagkatapos ay humakbang na siya papalapit sa akin.

"Tsk! Asawa? I doubt it." Sambit niya habang nakatingin sa akin. Bago niya ako nginisihan at humakbang palabas ng pinto. Napatukod ang kamay ko sa gilid ng pinto. Parang hinigod niya ang natitira kong pag-asa na patawarin ako ni Rafael. Nakayuko akong lumabas at sinarado ang pinto. Kahit naman kausapin ko siya ay wala rin mangyayari dahil siguradong sisigawan niya lang akong muli. Ayokong magising si Lola dahil sa pagtatalo namin kaya hinayaan ko na lamang siyang magpahinga.

Mabagal ang hakbang na tinungo ko ang pinto ng aming kwarto. Pagkasarado ko ay kaagad akong sumandal sa likuran at hinayaan kong kumawala ang mga luha na kanina ko pa pilit na pinipigilan. Alam kong may kasalanan ako sa kanya pero hindi ko yung ginusto. Pero siya? Kung hindi ko sila sinundan maaring kung saan na sila nakarating. Kung hindi na niya ako mahal sabihin niya lang mas gusto ko pa yun kaysa palagi niyang ginagawa ito sa akin.

Kakapit ako Rafael, kakapit ako kasi alam kong mahal mo ako. Kakapit ako kasi alam kong sa kabila ng nangyari ayaw mo pa rin akong bitawan. Gagawin ko ang lahat mapatawad mo lang ako.

Kinabukasan ay sabay kaming nag-almusal ni Lola. Nakaalis na raw si Rafael. Pero uuwi din yun mamaya dahil sabay-sabay kaming pupunta sa party ni Lola na gaganapin sa isang mamahaling restaurant. Hindi ako nagising ng maaga dahil magdamag akong umiyak. Bakas pa rin ang lalim ng aking eyebag kaya nilagyan ko na lamang ng concealer para hindi mapansin ni Lola.

"Lola, paano po mamayang gabi?" Tanong ko sa kanya.

"Angela, wag mo ng isipin. Lilipas din ang galit ni Rafael." Wika niya hinawakan niya ng mahigpit ang kamay ko.

"La, mahal ko po kayo at mahal ko din po si Rafael. Malaki po ang kasalanan ko sa kanya. Pati na rin po sa inyo. At kung hindi na po talaga niya ako mapapatawad. I'm willing to let him go. Kahit masakit."

"Angela….."

"Yun lang po kasi ang magagawa ko. Please po…Lola. Gusto ko siyang maging masaya at kung hindi ko na maibibigay yun sa kanya. I'm willing to give him up. Because I love him so much."

Chapter 44

Angela's POV

Sinipat ko ang aking sarili sa harapan ng salamin. Ayaw ko mang pumunta sa birthday party ni Lola ay alam kong hindi papayag si Lola. Kaya pinilit ko ang sarili ko na magbihis ng maganda at mamahaling dress na si Lola pa mismo ang pumili nang bumisita kami sa isang mamahaling boutique kanina. Isang plain nude pink satin spaghetti long dress ang pinili niya. Simple but elegant na tinernuhan ko lang ng diamond earrings. Katamtaman lang din ang taas ng takong ko at hindi ko naman naaapakan ang laylayan nito.

Simple lang din ang naging ayos ko. Tamang make-up lang at hair bun na may kaunting hibla na nakalaglag sa gilid ng aking mukha.

Huminga ako ng malalim at lumabas na rin sa aking kwarto. Ihahatid daw kami ng driver doon. Sabi ni Lola ay may nilakad daw si Rafael kaya dederecho na daw siya doon.

"Bagay na bagay ang damit na pinili ko sa'yo apo!" Nakangiting sabi ni Lola nang makababa na ako sa sala.

"Maraming salamat po Lola, dapat nga ako po ang magreregalo sa inyo eh." Nahihiyang sabi ko sa kanya. Lumapit siya sa akin at hinawakan ang kamay ko.

"Magkaayos lang kayo ulit ni Rafael. Yun na ang maibibigay niyong regalo sa akin." Sagot niya. Nangilid ang mga luha ko. Gustong-gusto ko na pero lumalayo pa rin si Rafael saa kin. At habang tumatagal ay hindi ko na kaya pang hawakan ang natitirang pag-asa ko na mapatawad niya ako.

Ilang minuto lang ang biniyahe namin ay narating na agad namin ang mamahaling restaurant kung saan ipagdiriwang ang birthday ni Lola. Pinagbuksan kami ng driver ng pinto at kaagad akong umikot sa kabila para samahan si Lola. Kaya naman niyang maglakad dahil malakas pa naman siya sa edad niya hindi mo aakalain dahil maingat si Lola sa kanyang kinakain kaya hindi siya gaanong nakakaramdam ng pagtanda.

Papasok na sana kami ni Lola sa loob ng venue nang makita ko ang pagdating ng isa pang kotse. Ang kotseng naghatid kay Rafael nong isang gabi. Kaagad kong nakita ang pagbaba ni Rafael. Bihis na bihis ito at inalalayan na makababa si Madelaine. Panibagong sakit na naman ang gumuhit sa aking puso. Hindi alam ni Lola dahil nasa harapan ang tingin niya kaya nagpatuloy kami sa pagpasok matapos magtama ang aming mga mata.

Kaagad kaming sinalubong ng mga bisita ni Lola. Wala man lang akong makitang ordinaryo ang suot dahil halos lahat sila ay elegante at halatang nabibilang sa mayayamang pamilya. Pinanghinaan ako ng loob dahil alam kong hindi ako nabibilang sa ginagalawan nilang mundo. Malaki ang pagkakaiba ng mundo ang mayayaman at mahihirap na tao. Dahil ang mga mayayaman ay mas focus sa kung papaano nila pararamihin ang pera nila. At ang mahihirap ay iniisip kung paano magkakalaman ang kanilang sikmura. May iba din naman na handang mag take ng risk para umunlad ang buhay pero mas marami ang natatakot dahil sanay na sila sa kung ano ang kaya lang nilang gawin araw-araw at nabubuhay sila sa kanilang comfort zone. Kung hindi ako sinuwerteng ampunin ni Lola Cynthia. Siguro hinahanda ko na ang aking sarili na tuparin ang aking pangarap.

"Happy Birthday Granda!" Sabay-sabay na bati ng apat na kaibigan ni Rafael. Hindi ko akalain na makikita ko sila ngayong gabi. Ngunit hindi nakaligtas sa akin ang kakaiba nilang tingin. Kaya napayuko ako sa kanila.

"Lola, pupunta lang po ako sa banyo." Paalam ko sa kanya. Dahil unti-unti na ring nagsisilapitan sa kanya ang mga inimbita niya sa party na ito.

Mabilis ang hakbang ko na pumunta sa banyo. Dahil nahagip ng mata ko ang pagpasok nila Rafael nakahawak pa si Madelaine sa braso niya. Secreto ang naging kasal namin noon ni Rafael kaya hindi na ako nagtataka kung bkit malakas ang loob niyang magpakita sa ibang tao na may kasamang iba. Pumasok ako sa cubicle at sumandal ako sa dingding. Kailangan kong mag-ipon ng lakas ng loob pa na bumalik kung saan ang nagaganap na party. Lalabas na sana ako nang marinig kong may pumasok sa loob ng banyo at nagtatawanan sila.

"Madelaine, aminin mo nga! Bakit kasama mo si Rafael? Wag mong sabihin na ginamit mo na ang huling alas mo kaya napasayo na siya?"

Nadinig kong wika ng isang babae.

"No need girls, tinulungan na ako ng tadhana na mapasa-akin siya. Syempre kailangan muna naming intayin na kusang umalis ang asawa niyang tumikim ng ibang lalaki. Dahil yun ang gusto ni Rafael. Ayaw niya kasing bigyan ng sama ng loob ang Lola niya dahil baka matuluyan ito."

Hindi ako maaring magkamali si Madelaine ang nagsasalita. Nanginig ang kamay ko habang hawak ko ang locked ng pinto. Dahil sa narinig kong sinabi niya.

Ang tanga ko! Hindi ko man lang naramdaman na gusto na niya akong umalis. Kaya pala ganun na lamang kung ipagtabuyan niya ako. Kaya pala pinandidirian niya ako. Napatid na ang katiting na pag-asa kong magiging maayos ulit kaming dalawa. Gusto ko mang umiyak pero alam ko kahit lumuha pa ako ng dugo dito hindi na niya ako magagawang mahalin ulit kagaya ng lagi niyang sinasabi at pinaparamdam sa akin noon.

Kahit nahirapan ako. Kailangan kong lumaban. Kung nagawa ko yun noon mas magagawa ko yun ngayon.

Narinig kong lumabas na sila dahil sa pagsara ng pinto kaya lumabas na rin ako.

Nagulat na lamang ako nang may biglang humawak ng kamay ko.

"Saan ka pupunta?"

"Inigo? Bernard?"

"Totoo ba ang mga sinabi ni Rafael sa amin?" Tanong niya sa akin. Tumango ako at yumuko dahil nahihiya ako sa sarili ko. Bumuntong hininga si Inigo.

"Ayaw ni Rafael na lumapit kami sa'yo. Angela naging magkaibigan na rin tayo pero alam namin ang kung gaano kasakit ang nagawa mo. Gustohin ka man naming tulungan kay Rafa—"

"Hindi na." Putol ko sasabihin niya.

"What do you mean? Hahayaan mo na lang si Rafael kay Madelaine?" Kunot noo na tanong ni Bernard.

"May magagawa pa ba ako kung siya mismo ang umayaw na sa akin? Kung hindi ko pa narinig kay Madelaine mismo ang lahat na inaantay na lang pala niya akong umalis sa mansyon dahil ayaw ni Rafael na siya mismo ang magpaalis sa akin dahil kay Lola sana pinagbigyan ko na siya. Sana hindi na ko umasa na mapapatawad niya ako ulit Bernard. Hindi ko sinasadya na may nangyari sa amin ni Mathew. Ngunit hindi ko kayang ipagtangol ang sarili ko dahil isang hamak na ulila lang naman ako."

Pagkatapos kong sabihin yun ay tinalikuran ko na sila narinig ko pa ang pagtawag ni Inigo ngunit hindi na ako lumingon pa. Bumalik ako sa loob at hinanap ko si Lola. Ngunit abala siya sa pakikipag-usap sa mga bisita niya kaya nagpasya akong lumabas na lamang at lumanghap ng sariwang hangin.

Naglakad ako sa malawak na hardin ng restaurant pinagmasdan ko ang maliliit na ilaw na nakapaikot sa malaking halaman na kinortehan ng bilog ang buong sanga at mga dahon. Humakbang pa ako ngunit natigalgal ako nang makita kong naghahalikan sila Rafael at Madelaine. Sabik na sabik sila sa marahas na paghalik nilang dalawa sa isa't-isa.

Nanlabo ang aking mga mata ngunit hindi ko hinayaan na tumulo ang aking luha. Kaagad kong pinunasan at mabilis akong humakbang palayo sa kanila.

"Angela! San ka pupunta?!" Tawag ni Inigo. Pero hindi ko na siya nilingon pa at nagpatuloy ako sa paglakad papasok. Hinagilap ko si Lola. Upang magpaalam na sa kanya.

Chapter 45

Angela's POV

Isang linggo na ang nakalipas mula ng umalis ako sa mismong araw ng birthday party ni Lola. Nang gabing yun ay nagpahatid na agad ako sa mansyon at inimpake ko na ang mga gamit ko. Wala na akong inaksayang oras dahil ayokong madatnan ulit ako ni Rafael sa bahay. Hindi naging madali kay Lola na payagan ako, pero dahil sa pag-iyak ko sa harapan niya ay napapayag ko rin siya. Ayaw niya akong umalis ngunit naki-usap ako sa kanya na kung hindi ko gagawin yun lalo lamang lalala ang lahat.

Gusto ko ulit bumangon kagaya ng ginawa ko noon. Gusto kong kayanin ang sakit at ang hirap para sa sarili ko dahil wala akong ibang aasahan ngayon kundi ang sarili ko at nagpapasalamat ako kay grandma dahil hinayaan niya akong umalis.

Nangako ako sa kanya na dadalawin ko siya kapag okay na ako ulit. Kapag kaya ko na ulit ngumiti. Kapag wala na akong nararamdamang sakit.

"Angela, tama na yan." Wika ni Sister Sandy,

Pagka-alis ko sa mansyon ay dito na agad ako sa bahay ampunan dumiretso. Akala ko wala na kong babalikan dito ngunit nagkamali ako. Mainit parin nila akong tinangap at binigyan ng matutuluyan. Patuloy pa rin naman ang pagsuporta ni Lola sa bahay ampunan. Kaya ipinagpapasalamat ko din yun dahil sa mahabang panahon hindi niya pinabayaan ang ampunan.

"Sandali na lang ito sister Sandy." Nakangiting sagot ko sa kanya. Kasalukuyang kasi akong naglilinis ng sahig sa tulugan ng mga bata.

"Tama na kasi yan, kumain na tayo ng tanghalian." Pangungulit niya sa akin kaya wala akong nagawa kundi itigil ang pagma-mop at sumunod sa kanya. Kasabay namin kumain ang mga bata.

Masaya, magaan sa pakiramdam ang mga ngiti nila ay nagbibigay sa akin ng pansamantalang aliw.

Naikwento ko din kay sister Sandy at Mother Evette ang nangyari sa lumipas na taon. Kaya alam na nila ang pinagdaanan ko pati na rin ang ginawa ni Mathew.

Noong una ay hindi sila makapaniwala na magagawa iyon sa akin ni Mathew dahil alam kong kilala nila ito. Kaya hinayaan ko na lamang.

Pagkatapos naming kumain ng simpleng tanghalian ay tinulungan ko rin silang magligpit ng pinagkainan. Ayaw ko naman maging pabigat dito kaya tumutulong ako sa pwede kong gawin. Nagpresenta akong magtapon ng basura. Kaagad kong pinaghiwalay ang mga basura na pwedeng itapon sa basurahan. Sa labas ng malaking drum sa harapan ng gate ng bahay ampunan iniipon ang basura dahil bukas dadaan ang truck na kukuha sa mga ito.

Pagkatapos kong ilagay ang mga basura sa drum ay bumalik na ako.

"Angela!"

Tumigil ako sa paghakbang. Ngunit nang ma-realize ko kung sino ang tumawag sa akin ay nagmadali akong maglakad.

"Angela sandali!" Tawag niya ulit sa kin. Hangang sa maabutan niya ako. Kaagad niyang hinawakan ang braso ko.

"Angela….I'm sorry." Sambit niya. Nag-umpisang mag-init ang mga mata ko. Namumula na rin ang mata ni Mathew habang nakatingin sa akin.

"Sorry? Sigurado ka ba na nagsisisi ka sa ginawa mo sa akin?" Tanong ko sa kanya. Tuluyan nang tumulo ang luha ko.

"Hindi mo na ba talaga ako mapapatawad?"

"Mathew, alam mong mahalaga ka sa akin. Mahal kita bilang kaibigan nagtiwala ako sa'yo. At hangang ngayon sa kabila ng ginawa mo sa akin pinapahalagahan ko pa rin ang pagiging magkaibigan nating dalawa. Gusto mong patawarin kita? Lumayo ka na sa akin. Tuparin ang matagal mo ng pangarap. Kalimutan mo na ako. At kalimutan mo na rin ang nangyari sa atin." Wika ko sa kanya. Bago ko siya tinalikuran ngunit nabigla ako nang bigla na lamang niya akong niyakap. Mula sa likuran.

"Patawarin mo ako, kung yun ang kailangan kong gawin para hindi muna ako kamuhian gagawin ko. Pero gusto ko lang malaman mo na walang nangyari sa atin. Hindi ko kaya, kahit gusto kong angkinin ka noong oras na yun pero hindi ko nagawa. Hindi ko nagawang pagsamantalahan ka. Nagsisisi ako dahil nakikita ko kung gaano ka ka-miserable ngayon nang dahil sa akin. I'm sorry Angela."

Nabitawan niya ako nang mapaluhod na ako sa damuhan. Hindi ako makapaniwala na sasabihin niya yun sa akin. Hindi ko inakalang kasinungalingan lang ang lahat ng nangyari at wala talaga siyang ginawa sa akin. Naramdaman ko na yun noon ngunit dala ng aking emosyon at galit ni Rafael. Hindi ko na binigyan ng pansin. Ngunit ngayon na kay Mathew na mismo nangaling ang lahat. Hindi ko alam kung dapat ba akong maging masaya.

"Ange—"

"Umalis ka na Mathew... Kahit ano pang sabihin mo. Kahit nagsasabi ka pa ng totoo. Wala na akong magagawa. Wala na kami ni Rafael at hindi na niya ako babalikan pa." Walang emosyon na sabi ko sa kanya. Nanlambot ang mga tuhod ko ngunit pinili kong tumayo. Ngunit nakakaisang hakbang pa lamang ako ay nagdilim na ng tuluyan ang paningin ko at ang huli ko na lang naalala ang pagsalo ni Mathew sa akin.

"Nasaan ako?" Tanong ko kay Sister Sandy. Kakamulat lang ng mata ko at inilibot ko ang aking paningin.

"Bakit ako nandito?" Kunot noo na tanong ko.

"Magpahinga ka muna Angela." Wika niya sa akin nang akma sana akong tatayo.

Bumalik ako sa paghiga dahil nakaramdam na naman ako ng pagkahilo. Bumukas ang pintuan at pumasok ni mother Evette at ang doctor.

"Congratulation Angela." Wika niya na ikinakunot ng noo ko.

"Bakit po doc?" Tanong ko.

"Youre three weeks pregnant." Nakangiting wika niya sa akin. Lumandas ang luha ko sa aking pisngi at naramdaman ko ang pagyakap ni Sister Sandy.

"Buntis ako......" Usal ko.

"Oo Angela....Buntis ka kaya simula ngayon ingatan muna ang sarili mo. Kaylangan mong uminom ng vitamins na irereseta namin sayo at kailangan mo din ng sapat na pahinga. First semester is very critical stage sa pagbubuntis. Maaari kang makunan kung hindi ka mag-iingat." Paliwanag niya sa akin.

Naalala ko ang mga nangyari sa amin ni Rafael sa isla. Nag kagustuhan niyang mabuntis ako. Ang paulit-ulit namin na pagtatalik para lang makabuo kami. Ngunit hindi na niya makikita pa yun. Hindi na niya masisilayan ang magiging anak namin. Lalo akong napahagulgol dahil sumariwa na naman ang sakit na paulit-ulit na gumuguhit sa aking puso.

"Angela....alam ko nabibigla ka parin ngayon. Ngunit may gusto kaming sabihin sayo." Seryosong wika ni Mother Evette. Tumingin ako sa kanya at pinahid ko ang aking luha.

Napadako ang tingin ko sa pinto at bumungad sa akin ang umiiyak na si Tita Frieda.

Chapter 46

Angela's POV

Isang mahigpit na yakap ang sinalubong niya sa akin. Yakap na kailangang-kailangan ko sa mga oras na ito. Hinahaplos niya ang aking buhok at nag-umpisa na siyang humagugol habang yakap niya pa rin ako.

"A-anak, ang tagal kitang hinanap. Nasa poder na pala kita, hinayaan pa kitang umalis." Humihikbing wika niya.

"Anak?"

Lumayo siya sa akin at ginagap ang kamay ko.

"Patawarin mo ako. Malaki ang naging pagkukulang ko sa'yo anak. Kung alam ko lang na dito ka dinala ng Ama mo bago siya mamatay naging madali sana ang lahat." Patuloy na wika niya na lalong nagpagulo ng isip ko. Nabaling ang atensyon ko kay Mother Evette.

"Ano pong ibig niyang sabihin Mother Evette?"

"Frieda, mas mabuting ipaliwanag mo ng ma-ayos kay Angela ang lahat. Lalabas muna kami para makapag-usap kayo ng maayos." Paalam niya sa amin. Umalis silang lahat at kami na lamang ni Tita Frieda ang naiwan sa kwarto.

"Marinor, ikaw ang anak ko na matagal ko nang hinahanap." Wika niya na ikinagulat ko.

"T-tita hindi ko po kayo maintindihan." Kinakabahang sambit ko sa kanya.

"Marinor, sangol ka pa lamang noon nang isama kang itakas ng Ama mo. Iniwan kita sa pangangalaga niya dahil naghahanap buhay ako. Hindi ko alam na sangkot pala siya sa drugs at iba't-ibang uri ng illegal na gawain. Isang araw nang umuwi ako sa bahay natin wala na kayo. Ang sabi sa akin ng ibang nakakita sa Ama mo balisa daw siya noong umalis kaya kinutuban na ako. Ilang araw ko kayong hinahanap Marinor. Hindi ko inisip ang pagod at gutom mahanap ko lang kayo sa buong lungsod. Hangang matagpuan ko na lamang ang bangkay ng ama mo sa tabi ng daan dahil sa mga kakilala namin na nagdala sa akin sa kinaroroonan niya. Pakiramdam ko ay pinagsakluban ako ng langit at lupa anak! Sobrang sakit sa akin lalo pang nadagdagan ang sakit na naramdaman ko nang tuluyan na kitang hindi mahanap. Isang buwan ka palang noon kaya nahirapan akong tangapin ang lahat. Ang pagkawala ng itay mo at ang walang kasiguraduhan kong buhay ka pa ba. Walang araw or oras kong inisip kung nasa mabuti ka bang kalagayan. Kung may gatas ka bang denedede. Kung humihinga ka pa ba at umiiyak ka dahil walang Ina na yayakap sa'yo. Sumuko akong mabuhay anak. Nagtangka akong wakasan ang buhay ko. Ngunit may taong nagligtas sa akin. Si Augusto, kinupkop niya ako kahit walang kasiguraduhan kong babalik pa ako sa dating katinuan. Kumuha siya nang magagamot sa akin dahil dumaan ako sa matinding depression. Matagal bago ako nakabangon, Marinor. Matagal bago ako gumaling pero sa awa ng diyos binigyan niya ako ng dahilan para mabuhay muli. Nang ipagbuntis ko si Athena ay unti-

unti kong inayos ang sarili ko. Nagpakasal kami ni Augusto, At dinala niya ako sa abroad. Sinimulan kitang hanapin ulit kahit wala akong kasiguraduhan kung makikita pa kitang muli. Kumuha ako ng magaling na imbestigator para mahanap ka. Tatlong taon ang ginugol ko at lahat ng impormasyon na nakuha namin ay itinuro ang ampunan. Kaya umuwi kami agad at pumunta sa ampunan upang comfirmahin ang lahat ng nakuha naming lead."

Napahagulgol siyang muli kaya. Habang kinukwento niya sa akin ang lahat at hinayaan ko lang na pumatak ang mga luha ko. Hinahayaan ko lang na matapos siya at marinig mula sa kanya ang gusto ko ring marinig. Kung totoo man ang hinala ko.

"Nang maka-usap ko si Mother Evette, nakumpirma kong ikaw ang nag-iisang batang dinala noong araw na yun at iniwan sa labas ng bahay ampunan. Ikaw ang anak ko, ang pinakamamahal kong anak. Patawarin mo si Nanay, patawarin mo ako dahil hindi ka lumaki sa kalinga ko. Kung alam mo lang anak. Kung alam mo lang kung paano ako nagdusa sa kakaisip sayo…"

Umiyak siyang muli sa harapan ko. Ramdam ko ang hirap ng kalooban niya pati na rin ang pagsisisi sa lahat ng nangyari. Alam ko hindi niya gustong magkahiwalay kami. Nararamdaman ko ang labis niyang pangungulila sa akin.

"A-nak…pata—"

"Ma…." Sambit ko. Walang tigil ang pagluha ng aming mga mata. Buong pagmamahal niya akong niyakap. Oo nagtanim ako ng sama ng loob sa kanya. Dahil hindi ko alam ang dahilan kung bakit niya ako iniwan. Pero ngayon na narinig ko na ang lahat. Handa na akong pakawalan ang sakit ng pag-iwan niya sa akin. Hindi niya kasalanan ang lahat at naging biktima rin siya kagaya ko. Kaya sino ba naman ako para hindi siya patawarin.

"P-pinapatawad ko na po kayo." Sambit ko. Mas mahigpit pa niya akong niyakap. Pumasok na rin sila Athena at si Sister Sandy at Mother Evette. Naluluha silang pagmasdan kaming dalawa. Nakiyakap na rin si Athena sa amin. Ramdam ko ang pagtangap mula sa kanya. Hindi ko akalain na nakilala ko na pala ang aking tunay na Ina. Kaya pala ganon na lamang ka-gaan ang pakiramdam namin sa isa't-isa.

Ang sakit ng kalooban ko ay napalitan ng kaligayahan. Dahil sa panibagong dahilan para patuloy akong lumaban. Upang maging malakas para sa aking natitirang pamilya. At mas lalo sa aking magiging anak.

Noong araw ding yun ay inuwi nila ako sa bahay nila. Lubos ang pasasalamat namin kila Sister Sandy at Mother Evette. Nangako din ng financial support si Mama sa ampunan na labis kong pinagpasalamat.

Isang linggo na mula nang maiuwi nila ako dito. Wala na rin si Mathew. Nagpunta na raw ito ng Italy matapos niyang malaman na buntis ako. Kunwento ko kila Mama ang nangyari sa pagitan namin. At sinabi niyang mag-umpisa akong muli. Nang malaman nilang buntis ako ay mas naging maalaga siya sa akin.

Nakipag-usap na rin ako sa abogado para sa annulment papers namin ni Rafael. Dahil gusto ni Mama na palitan ng tuluyan Ang pangalan ko. Dahil yun Marinor pala talaga ang ipinangalan niya sa akin. Tanggap din ako ni Tito Augusto kaya gusto niyang apelyido niya ang gamitin ko.

Papunta ako sa ni Rafael upang papirmahan ang annulment papers namin. Suot ko ang kulay puting dress na hangang tuhod. May umbok na rin ang tiyan ko pero siguradong hindi niya mapapansin dahil medyo maluwag ang suot ko sa bandang tiyan. Nais ko ding dalawin si lola dahil namimiss ko na din siya.

Kinakabahan man ako ngunit mas nangibabaw sa akin ang lakas ng loob upang tapusin na ang paghihirap ko. Dahil gusto kong mag-umpisang muli.

Madilim na mukha ni Rafael ang bumungad sa akin. Nasa kwarto kasi siya. At halatang kakabangon lang niya. Umaalingasaw pa sa buong kwarto ang amoy ng alak.

"Hindi ako pumunta dito para magmaka-awang balikan mo. Pumunta ako dito para tapusin na sa atin ang lahat. Natagpuan ko na ang tunay kong pamilya at lalayo na ako sa'yo. Wag kang mag-alala dahil kahit piso hindi ako manghihingi sa'yo. Ang gusto ko lang ay maayos tayong mag-hiwalay. Kaya please pirmahan mo na itong annu—"

"Iiwan mo ako ulit? At hindi ako ipapakilala sa magiging anak natin?"

Chapter 47

Rafael's POV

"Angela sandali!" Tawag ni Inigo na nagpalingon sa akin. Nakatalikod na si Angela at malaki ang mga hakbang papalayo sa kinaroroonan namin ni Madelaine. Sinadya kong halikan si Madelaine nang makita ko siyang palabas ng venue. Gusto ko siyang masaktan dahil sinaktan niya ako.

Sino ba namang matinong lalaki ang iuuwi parin ang kanyang asawa matapos na mahuling may ka-sex na iba!

Gustuhin kong patayin ang lalaking yun! Kung may dala lang siguro akong baril napatay ko na siya! Pero sa kabila ng lahat, nag-alala pa rin si Angela sa kanya. Nang walang habas ko siyang bugbugin. Sinisi ko ang aking sarili dahil pinayagan ko pa siyang bumalik sa kompanyang yun. Pero huli na, nasaktan na niya ako at nagkamali na siya.

Naging bingi ako sa lahat ng paliwanag niya. Dahil alam kong mas may kasalanan siya dahil siya mismo ang pumunta sa lalaking yun! At dahil alam kong mahala niya noon ang lalaking yun!

Pero imbis na paalisin mas ginusto kong saktan siya. Mas ginusto kong iparanas sa kanya ang sakit na pinagdaanan ko. Mas gusto kong umiyak siya para maisip niyang nasaktan ako. Pero habang sinasaktan mo siya mas double ang nararamdaman kong sakit.

Bumabalik sa akin ang ginawa kong pananakit. Dumating sa puntong ginamit ko na si Madelaine upang pasakitan siya. Nakita ko ang matinding pagseselos niya nang iuwi ako ni Madelaine. I admit na naghalikan kami sa loob ng guest room. Pero wala akong balak na may mangyari sa amin na higit pa doon. Nakita ko ang sakit sa kanyang mga mata nang makita niya kami. Akala niya siguro kung hindi niya binuksan ang pinto ay tutuloy kami sa pagtatalik. Hell no!

May natitira pa akong respeto sa kanya. Kay Lola at sa pamamahay namin. Hindi ko gagawin yun sa kanya! Kahit sinaktan niya ako hinding-hindi ako makikipagtalik sa iba. Ang gusto ko lang ay makitang nagseselos siya para maramdaman kong mahal niya ako.

Ilang beses ko siyang itinaboy pero hindi man lang siya lumalayo. Ilang beses kong pinagmamasdan ang namamaga niyang mga mata sa kakaiyak pero pakiramdam ko kulang pa rin. Hindi ko pa rin maibangon ang sarili kong kahihiyan. Kahit walang ibang nakakaalam sa pagiging mag-asawa namin pakiramdam ko. There's someone laughing behind my back and sinasabing naiputan sa ulo ang isang Rafael Valdez.

And I hate to think of it! Simula nang umuwi kami sa mansyon matapos ang ginawa nila ni Mathew.

Pinaramdam ko sa kanya kung gaano ako nandidiri sa kanya.

Pero sa likod noon gustong-gusto ko siyang yakapin! Halikan! At marahas na angkinin ng paulit-ulit! Hangang sa mabura ang bakas na iniwan ni Mathew sa kanyang isip at mas mabaliw siya sa gagawin ko. Ngunit pinapangunahan ako ng takot. Paano kung ulitin niya ulit akong saktan? Paano ang gagawin ko? Halos hindi na ako makapag-isip ng tama. Parati akong lutang.

Hindi makapaniwala ang mga kaibigan ko na magagawa yun ni Angela sa akin. They offered me to hired someone para gumanti kay Mathew. Pero hindi ko ginawa. Dahil alam kong mahalaga pa rin siya kay Angela. At kapag nalaman niya ang ginawa ko ay baka tuluyan niya akong kamuhian at layuan. Ilang beses akong tinangkang kausapin ni Lola. Pero humahantong lang sa pag-walk out ang nagiging pag-uusap namin.

Hindi na ako magtataka dahil alam kong mahal niya si Angela at iba na rin ang turing niya dito. Kaya sumuko siyang magpaliwanag. Hindi ko makakalimutan ang huling sinabi niya sa akin.

"Maiksi na lamang ang buhay ko Rafael. At kung kukunin na ako ng diyos isa lang ang babaeng gusto ko para sa'yo. Si Angela, mahal na mahal ka niya Apo. Pakingan mo ang puso mo at magtiwala ka ulit."

Sa kabila ng mga sinabi ni Lola naging matigas pa rin ang puso ko sa pagpapatawad. Ngunit nang malaman ko ang tuluyan niyang pag-alis ay saka ako nawalan ng lakas upang sundan siya. I lost myself again. Isang linggong puro alak ang ginawa ko para makalimutan kong wala na akong asawang uuwian at sumuko na sa akin. Dahil mas pinili niyang umalis kaysa antayin na mapatawad ko siya.

Ilang beses akong gumawa ng gulo sa bar ni Xandro. Lahat ng pambubogbog na kinasangkutan ko ay ang mga kaibigan ko ang umayos. Nasuntok na rin ako sa mukha ni Xandro at Inigo dahil sa kalokohang ginagawa ko.

Hangang sa sinabi sa akin ni Inigo ang narinig ni Angela mula kay Madelaine.

Kahit kailan hindi ko gustong umalis siya! Ang gusto ko lang maintindihan niya kung bakit ako nagkakaganito! Hindi ko gustong iwan niya ako!

Sinubukan kong pumunta sa bahay ampunan kong nasaan siya. Pero parang dinukot ng tuluyan ang puso ko nang makita kong magkayakap sila ni Mathew. At hinayaan lang niya si Mathew na yakapin siya ng ganoon. Kaagad kong pinaandar ang kotse at dumiretso ako sa bar ni Xandro. Kung pwede ko lang ubusin ang lahat ng alak na meron sila ay baka nagawa ko na pero dumating sila at pinigilan nila ako.

Pinilit nila akong umuwi. Ilang araw akong nagkulong sa kwarto ko. Hangang sa katukin ako ng katulong namin dahil may dumating daw akong bisita.

Pinilit ko ang sarili kong tumayo at puntahan kong sino mang gumagambala sa pamamahinga ko.

Nagdilim ang paningin ko nang makita ko si Mathew. Kaagad ko siyang sinuntok at tinadyakan pero hindi man lang siya lumaban.

"Hay*p ka! Gusto mo na bang mamatay!

Sinikmuraan ko ulit siya pero hindi parin niya akong ginagantihan.

"Tapos ka na?" Nakangising wika niya sa akin.

"What the hell!"

"Kung tapos ka ng saktan ako, patawarin mo na si Angela." Wika niya na ikinataas ng kilay ko. Umigting ang panga ko at mas tinaliman pa ang tingin sa kanya. Sino siya para utusan ako!

"Patawarin? Sayo pa talaga nangaling yan hayop ka!"

Sinuntok ko ulit siya kaya muli siyang natimbuwang sa lupa.

"Hindi ka mahal ni Angela kaya mo siya pinagsamantalahan tapos gusto mo patawarin ko siya!" Sigaw ko sa kanya.

Inayos niya ang upo sa lupa at dinura niya ang dugong namuo sa bibig niya.

"Alam ko, pero nakikiusap ako. Patawarin mo siya Rafael. At patawarin mo din ako dahil sa ginawa ko. Walang nangyari sa amin ni Angela. Ang gusto ko lamang ay makita mo kami sa ganoong kalagayan pero kahit dulo ng daliri niya ay hindi ko sinaling, mahal ko siya pero hindi ko kayang pagsamantalahan siya ng ganon. Pinainom ko lang siya ng pampatulog at inutusan ko ang kasambahay para hubaran siya. Ni hindi ko nga tinignan ang katawan niya. Tumabi lang ako sa kanya. Para yun ang isipin niya at ganun din na isipin mo. Pero maniwala ka o hindi. Walang nangyari sa amin." Paliwanag niya.

"Fuck you! At sinong nagsabi sayong maniniwala ako?! Nakita ko pa kayong nagyayakapan sa bahay ampunan tapos sasabihin mong wala lang yung nangyari?!"

"Nakita mo rin bang nawalan siya ng malay?"

Sinalakay ng kaba ang dibdib ko nang sabihin niya yun. Dahil kaagad akong umalis at hindi ko naman nakita ang sinasabi niyang nawalan ng malay si Angela.

"I guess hindi, dahil kung nakita mo siyang nawalan ng malay sigurado akong bababa ka sa kotse mo at tatakbuhin siya para madala sa ospital." Wika niya sa seryong tinig.

"What happen?"

Pilit kong kinakalma ang aking sarili.

"She's bearing with your child."

Chapter 48

Angela's POV

Mapait niya akong tinignan. Hindi ko alam kung paano niya nalamman ang lahat. Ang alam ko lang pumunta ako dito ng buo na ang loob ko upang magpaalam. At upang tapusin ang namagitan sa aming dalawa.

"So, wala kang balak sabihin sa akin ang lahat Angela?"

Humakbang siya palapit sa akin, kaya umatras ako.

"Kung hindi pa sasabihin ni Mathew sa akin na buntis ka. Hindi mo sasabihin. At gusto mong pirmahan ko yan?"

Lalong dumilim ang mukha niyang nakatingin sa akin. At nagpatuloy siya sa paghakbang. Hindi ko inakalang si Mathew mismo ang magsasabi sa kanya ng lahat. At sigurado akong alam na rin niya nawala talagang nangyari sa aming dalawa.

"Rafael, kahit ano pang sabihin mo hindi ko na mababago pa ang desisyon ko. Kaya pirmahan mo na ito para maka-alis na ako." Mahinahon na wika ko sa kanya. Pinilit kong magpakatatag upang hindi niya makita at maramdaman ang panginginig ko. Hindi ko alam kung takot ba ang nararamdaman ko dahil sa pagtitig niya sa akin o kasabikan dahil sa paglapit pa niya sa akin. Isang hakbang na lamang ang layo namin sa isa't-isa. Inabot ko sa kanya ang envelop. At kinuha niya agad sa kamay ko.

"Kapag pinirmahan ko ba ito. Patatawarin mo na ako sa ginawa ko sa'yo?" Mas naging malambot ang pagtitig niya sa akin. Hindi ko alam kung para saan yun. Ngunit nakaramdam ako ng takot.

Natatakot ako dahil baka pagsinabi kong 'Oo' pipirmahan niya ang annulment papers namin. Pero yun naman talaga ang dahilan kaya ako nandito diba? Kaya buong tapang ko siyang hinarap dahil kailangan ko ng makalaya sa kasal naming dalawa. Kaya bakit parang gusto ko ng bawiin ang mga sinabi ko? Umaasa ba akong hindi siya papayag dahil alam kong mahal niya ako?

Hindi Angela! Lakasan mo ang loob mo! Para sa magiging anak mo kailangan mong tatagan pa ang sarili mong desisyon! Oo mahal mo siya pero si Madelaine na ang babae sa buhay niya ngayon. At kapag pinirmahan niya ang annulment papers ay malaya ka ng mabuhay ng masaya.

"Unuulit ko Angela, kapag pinirmahan ko ba ito ay patatawarin mo na ak—"

"Oo." Walang gatol kong sagot.

Umalis siya sa harapan ko dala ang annulment papers. Sinundan ko ang bawat galaw niya ngunit natigalgal ako nang kunin niya ang ballpen sa ilalim ng drawer niya. Walang lingon-lingon sa akin na pinirmahan niya yun. Nag-init ang sulok ng aking mata. Ako ang may gusto noon pero bakit ako ang mas nasaktan. Bakit parang gusto kong pigilan ang kamay niyang wag ng pirmahan ang papel na yun.

Tapos na ang lahat. Tapos na ang relasyon namin. Ang kasal na tangi kong pinanghahawakan upang manatili sa tabi niya kahit ang saki-sakit na. Nagawa niya akong pakawalan ng ganon-ganon lang. Hindi man lang siya nagdalawang isip na pirmahan ang papel na yun. Ibig sabihin handa na rin siyang bitawan ako at ang anak namin?

Tumayo siya at lumapit ulit sa akin. Kaagad niyang inabot ang pinirmahan niyang dokumento. Nanginginig na inabot ko yun. Wala akong nakitang reaction sa mga mata niya.

"S-salamat." Sambit ko bago ko siya tuluyang talikuran. Kung nagtagal pa ako kahit isang segundo sigurado akong makikita niya ang sunod-sunod na pagtulo ng luha ko.

Halos takbuhin ko na ang hagdan pababa palabas ng bahay at papunta sa kotse ko. Dahil hindi maampat ang luha ko. Ginusto ko to diba? Pero bakit ako nasasaktan ngayon? Bakit parang dinudurog ang puso ko? Bakit hindi ako makahinga?

"T-tara na po." Utos ko sa driver ko. Kaagad niyang pinaandar ang kotse palayo sa mansyon. Palayo ng tuluyan kay Rafael. Hindi ko na pinigil ang nararamdaman kong sakit at tuluyan ko nang inilabas ang kanina ko pa pinipigilan na paghikbi. Nawalan ako ng paki-alam kong ano ang isipin ni Manong Edgar sa akin. Basta mailabas ko lang ang lahat. At pagkatapos nito ibang tao na akong haharap. Mas matatag na mas malakas pa na si Marinor Perfetti. Ang isa sa tagapagmana ng Amore.

Hinawakan ko ang impis kong tiyan.

Wag kang mag-alala baby. Andito ako para sayo. Hinding-hindi kita pababayaan. Magiging strong si Mommy para sa ating dalawa.

Tuyo na ang luha ko nang makarating kami sa bahay. Humingi ako ng pasensiya kay Manong Edgar at naiintindihan naman niya yun.

Sinabihan pa niya akong may dahilan ang diyos kung bakit tayo dumadaan sa pagsubok at sigurado daw siyang magiging masaya ako dahil nakikita niyang mabuti ang puso ko. Nagpasalamat ako sa kanya bago ako pumasok sa loob ng bahay. Kaagad akong sinalubong ng yakap ni Mama. Hindi ko na naman napigilan ang maiyak. Nakiyakap na rin si Athena sa amin. Hindi niya ako tinanong pero alam kong nahihirapan din sila na nakikita akong nasasaktan.

"Tama na anak, magpahinga ka na. Magiging maayos din ang lahat." Malambing na wika niya sa akin.

"Ate, wag ka ng umiyak. Sige ka pag lumabas yang baby mo magiging kamukha yan ni lamok." Wika naman ni Athena.

"S-sino si la-mok?" Humihikbing tanong ko sa kanya.

"Hindi mo siya kilala? Pwes ipapakita ko siya sa'yo nakawall paper yun sa cellphone ko eh."

Dinukot niya ang phone at binuksan niya pagkatapos ay hinarap niya sa akin.

"Athena naman eh!" Naiinis na wika ko sa kanya. Nautas naman siya sa kakatawa. Pati si Mama ay nakitawa na rin. Kahit masakit ang nararamdaman ko ay napailing na lamang ako dahil sa halakhakan nilang dalawa.

"Ayan masaya kana ulit. Si lamok lang pala ang magpapatawa sayo eh. Gusto mo ipasa ko din sa'yo para pareho na tayo ng wallpaper?" Nakangising niyang wika sabay takbo dahil muntik ko na siyang mahablot.

Kinabukasan ay flight ko na agad patungong Korea. Dapat kasama ko sila Mama at Papa. Pero kailangan daw kasi sila sa kompanya. Abala din si Athena kaya ako na lang ang mag-isang pupunta sa Lemuer. Isang linggo lang naman ako mananatili doon kaya sigurado akong maaaliw ko ang aking sarili dahil napakadami talagang magagandang tanawin doon at sasamahan pa ako ni Mr. kim. Nagbilin pa ang magaling kong kapatid na kapag nakita ko daw si Lee min ho oh si Park boo gum ay iuwi ko raw sa pilipinas. Lukaret talaga! Simula nang malaman ko ang totoo mas naging malapit pa kami sa isa't-isa lagi din akming naghaharutan na parang mga bata kaya pati si Mama at pati si Papa Augusto ay tuwang-tuwa sa aming dalawa.

Hila-hila ko ang aking maleta paakyat sa eroplanong sasakyan ko pagdating sa Korea. Business suit ang kinuha kong pwesto para naman makapagpahinga ako ng maayos. Ngunit nang makaupo na ako sa loob ay wala man lang akong kasamang ibang pasahero. Sumilip ako sa economy sit pero wala rin katao-tao. Tanging ako lang ang mag-isa. Hindi ko tuloy mapigilan ang magtaka at kabahan. Kahit anong isip ko ay hindi ko pa rin mahanap ang sagot.

"Hi ma'am may kailangan po ba kayo?" Magalang na tanong sa akin ng flight stewardess.

"Ahmm. Itatanong ko lang ako lang bang mag-isa ang pasahero na sasakay?" Alanganin kong tanong sa kanya. Ngumiti siya sa akin.

"No Ma'am dalawa po kayong pasahero." Sagot niya sa akin.

Dalawa lang kami? Impossible, hindi kaya malugi ang airline na toh?

Chapter 49

Angela's POV

Pagkatapos sabihin sa akin ng stewardess na dalawa lang kaming pasahero ay magalang narin itong nagpa-alam sa akin. Parang gusto ko tuloy hanapin kung saan nakaupo ang sinasabi niyang isa pang pasahero. Kung alam ko lang, na kami lang dito eh di sana hindi na ako nag business class at sa economy na lang ako.

Ilang minuto nang nakalipad ang eroplano nagpasya akong matulog muna kaya kinuha ko ang sleeping mask ko sa bag para naman hindi ako masilaw sa liwanag.

Mahaba pa ang byahe namin at hindi naman ako nagugutom kaya mas maige na matulog na lamang ako para pagdating ko sa Korea ay may lakas akong harapin ang trabaho.

Itinaas ko ang sandalan ng paa ko para mas marelax akong nakahiga pagkatapos ay itinakip ko ang mask sa aking mata.

Kahit nakapikit na ako ay naalala ko na naman si Rafael. Paano ko ba siya makakalimutan kaagad? Kung walang araw o oras ko siyang naiisip. Masaya na kaya siya sa naging desisyon niya ngayon? Si Lola? Hindi man lang ako nakapagpaalam sa kanya. Nakakalungkot, nandito ako sa eroplano patungo sa kabilang dulo ng mundo pero naiwan ko na naman ang puso ko. Gustuhin ko man siyang isama sa pag-alis ko. Hindi ko alam kung paano. Napakagat ako sa ibabang labi dahil parang gusto kong maiyak dahil kay Rafael.

Namimiss ko na siya pero wala man lang akong magawa dahil ako ang kusang bumitaw. Ako ang kusang umalis. Mahirap tangapin ang katotohanan na hangang dito na lamang kami. I'm now his Ex-wife and I can't do nothing but to cry. Nasasaktan pa rin ako. Ang sakit-sakit pa rin ng puso ko.

Nabasa ng luha ang mask ko, dahil sa walang tigil na paglabas ng luha ko. Gusto kong humikbi kaya lang baka marinig ako ng stewardess at akalain niyang may crying ghost sa loob ng eroplano. Pero hindi ko talaga mapigilan ang aking sarili. Para na akong tanga. Habang pilit na pinipigilan na hindi lumakas ang impit na pag-iyak ko.

Hangang sa may maramdaman ako mainit na dumampi sa aking labi. Napabalikwas ako ng bangon at kaagad tinangal ang mask ko.

"Anneong!" Nakangiti niyang bati sa akin.

Nanlaki ang mata ko nang makita ko siya sa harapan ko. Nananaginip ba ako? Nag-hahalucinate na ba ako?

"Kung alam ko lang na iiyak ka ng ganyan hindi ko na sana pinirmahan ang annulment paper natin." Wika niya.

Shit! Hindi ako nanaginip!

"Anong ginagawa mo dito?! Paano ka nakapasok dito?!"

Tumayo ako at lumiban sa kabilang upuan. Hindi ako makapaniwalang nasa harapan ko nga siya at nakangiting humahakbang papalapit sa akin.

"Anong ginagawa ko dito? Syempre, sasamahan ko ang ex-wife ko. At yung tanong mo kung paano ako nakapasok dito. Kung saan ka dumaan para makapasok, doon din ako dumaan. Hindi naman pwedeng lumipad ako or nag-teleport papunta dito dahil hindi naman ako si San gokou." Natatawang paliwanag niya sa akin. Hindi ko alam kung nagbibiro ba siya ngunit hindi ako natutuwa.

"Rafael kung nagpapatawa ka ay hindi ako natatawa sa'yo. Hindi ko alam kung bakit ka narito. At kung ano man ang sinasabi mo. Pero malinaw naman sayo ang nakasulat sa Annulment papers diba?"

"Hindi ko alam. Hindi ko naman binasa yun. Basta ko na lang pinirmahan dahil sabi mo patatawarin mo ako kung pipirmahan ko yun." Wika niya sa akin. Humakbang siyang muli kaya umatras ulit ako.

"Mas importante pa sa'yo na mapatawad kita kaysa sa kasal natin? Huh! Sabagay bakit naman hindi? Siguro hindi kinaya ng konsensya mo na nasaktan mo ako kaya mas ginusto mong pirmahan ang annulment papers natin. Para malaya na rin kayo ni Madelaine tama ba ako?" Nang-uuyam kong tanong ko sa kanya.

Sinuri niya ako mula ulo hangang paa kaya naitakip ko ang makapal na jacket sa katawan ko. Ganyan na ganyan kasi siya tumingin kapag may naiisip siyang kalokohan.

"Wala akong paki-alam sa Madelaine na yun." Seryosong sabi niya sa akin na ikinataas ng kilay ko.

"Walang paki-alam? Eh kung maglaplapan kayo don sa garden kulang na lamang lamunin niyo ang isa't-isa?"

Pinilit kong hindi mabasag ang boses ko kahit gusto ko nang umiyak dahil naalala ko na naman ang nangyaring yun.

"Hinalikan ko lang siya Angela. Pero wala akong nararamdaman sa kanya. I was hurt because of you. Hindi na ako nakapag-isip ng maayos dahil sa nangyari sa inyo ni Mathew."

"Walang nangyari sa amin Rafael!" Sigaw ko sa kanya. Kumawala ang luha sa aking mga mata dahil sa sakit na nararamdaman ko.

"I know." Sambit niya.

"You know, pero pinili mo pa rin na tapusin ang namamagitan sa atin?" Hindi makapaniwalang tanong ko sa kanya.

"I just signed that damn annulment paper Angela, pero hindi ko tinatapos ang kung anong meron sa atin."

Naguguluhan ko siyang tinignan. Hindi niya tinatapos pero pinirmahan niya yung annulment paper namin? Para saan?

"So anong gusto mong mangyari?" Nanghihina kong tanong sa kanya.

"I want to marry you again and for real Marinor."

Napatda ako sa sinabi niya. Tinawag pa niya akong Marinor.

"I'm sorry kung kinailangan kong pirmahan ang annulment papers natin. Pero hindi ibig sabihin non ay hindi na kita mahal. Hindi ibig sabihin non tatalikuran ko na kayo ng magiging anak natin. Pinirmahan ko yun para mapatawad mo ako sa lahat ng pagkakamaling nagawa ko. Pinirmahan ko yun, because I want us to start something new. I want to marry you Marinor. Kahit ilang beses pa at kahit saang simbahan mo pa gusto ikaw lang ang babaeng pakakasalan ko. Gusto kong pagising ko sa umaga mukha mo ang makikita ko. Gusto kong hawakan ang kamay mo at tumanda kasama mo. I miss you so much! Marinor. God knows how much I love you."

Pagkatapos niyang sabihin yun ay kaagad siyang lumapit sa akin.

"Please... tell me you love me too." Nagmamaka-awang sambit niya. Hindi ko na napigilan ang paglandas ng luha sa akin pisngi. Itinaas niya ang dalawa niyang kamay at inihawak sa magkabila kong pisngi pinunasan niya ng kanyang daliri ang mga luhang naiipon sa sulok ng aking mga mata. Nakita ko rin ang pamumuo ng luha sa kanyang mata at ang senseridad sa lahat ng mga sinabi niya sa akin.

"I love you......"

Napapikit ako nang ilapit niya ang kanyang mukha sa akin. Naramdaman ko ang mainit niyang labi. At ang kayang paghalik. Ramdam ko ang pananabik sa bawat pagalaw ng kanyang labi. At natagpuan ko na lamang ang aking sariling tumutugon sa malalim niyang halik.

Chapter 50

Angela's POV

Mahirap magpatawad sa isang taong nanakit sa'yo. Pero mas mahirap, kung patuloy kong itatangi sa sarili ko. Kahit alam kong mahal na mahal ko pa rin ang taong ito at handa siyang gawin ang lahat makuha lang ang kapatawaran ko.

Nagkamali kami, at nasaktan ang isa't-isa. But I have to forgive him. Because he deserves it. Kulang na nga lang bilhin niya ang buong eroplano para magka-ayos kaming dalawa. At alam kong kayang-kaya niyang gawin yun. He is Rafael Valdez after all.

Halos mapugto ang aking hininga nang maghiwalay ang labi naming dalawa.

"Damn! I miss that soft lips of yours my love." Mahinang sambit niya sa tenga ko.

"Kung hindi ko pipigilan ang sarili ko baka hindi lang kiss ang kinahinatnan nating dalawa." Nakangitit wika niya sa akin na ikina-init ng pisngi ko. Mukhang may balak pa ata siyang kawing hotel ang eroplanong ito.

Iginiya niya ako pabalik sa upuan at magkatabi na kaming dalawa.

"May tanong ako." Wika ko sa kanya.

"Ano yon?"

"Sasama ka ba talaga sa akin sa Korea? Isang linggo akong mananatili doon. At isa pa bakit kinailangan mong bayarana ng lahat ng upuan dito? I mean bakit tayong dalawa lang?" Kunot noo na tanong ko sa kanya.

"Ayaw mo ba noon? Special ang byahe natin? Saka kagaya nga ng sinabi ko sa'yo. Mamasyal tayo doon at hindi ka magtatrabaho." Paliwanag niya na pinagtaka ko.

"Nakausap ko na si Mama at Papa."

"Who?"

Sinong Mama at Papa ang tinutukoy nito?

"Your parents Mahal." Sagot niya sa malambing na tinig.

"Bakit nakikimama at papa ka na rin? Nakalimutan mo na bang ex-wife mo pa din ako dahil pinirmahan mo ang annulment paper?" Nakataas ang kilay na tanong ko sa kanya.

Hinila niya ang isa kong kamay at hinawakan niya ng dalawa niyang kamay.

"I don't want to talk about that annulment again Marinor."

"At paano mo naman nalaman na Marinor ang tunay kong pangalan?"

"I already told you, naka-usap ko na sila bago pa ako sumunod sa'yo ipinaliwanag ko sa kanila ang lahat. At nakumbinsi ko sila kaya wala na tayong problema."

Hindi ako makapaniwalang nagawa niyang gawin yun sa maiksing panahon.

"Just take a rest my love, dahil marami tayong pupuntahan at bubuo tayo ng maraming memories doon kasama natin si baby." Wika niya sabay hawak sa aking tiyan.

Akala ko sa pag-ihi na lamang ako kikiligin kaya lang ikaw ba naman ang lambingin at titigan ng may pagmamahal ng lalaking mahal mo ay parang gusto ko na ding maihe.

Makalipas ang mahabang byahe ay narating na din namin ang airport sa Korea. Isang taon akong nanirahan dito kaya kabisado ko ang pasikot-sikot sa lugar na ito. Pero nahirapan akong pag-aralan ang language nila kaya basic lang ang alam ko. Halos lahat naman ng nakakausap ko ay marunong magsalita ng english mejo barok nga lang pero pwede na at kaya nang maintindihan kahit paano.

Kaagad kaming humanap ng hotel na titirhan namin sa loob ng isang linggo. Para na rin kaming nag-hohoneymoon dahil dalawa lang kaming naririto. Sino ba naman ang hindi ma-eexcite kung kasama mo sa ganito kagandang lugar ang lalaking mahal mo.

Taglamig dito pero wala pa ding nyebe. Sa sobrang lamig dito kailangan namin ng double-doubleng damit at makapal na jacket. Para kaming nasa loob ng freezer na nakatodo ang level ng lamig. Na kapag humihinga ka ay literal na umuusok ang bibig.

"Kansahamnida!" Wika ko sa lalaking naghatid ng bagahe namin sa loob ng hotel. Nakakamangha parin ang tanawin na makikita sa labas ng hotel kitang-kita kasi dito ang famous Namsan tower. Gusto kong pumunta doon kasama si Rafael at maglagay ng love padlocked. Hindi ko alam kung may alam ba si Rafael sa pakikipagdate gaya ng normal na tao dahil hindi naman kami dumaan sa ganun. Pero siguradong masusulit namin ang pananatili sa lugar na ito.

"Are you tired?" Tanong niya. Habang inaayos ko ang mga gamit ko sa closet.

"Hindi naman," Nakangiti kong sagot sa kanya.

"Good!"

Pagkatapos niyang sabihin yun ay dahan-dahan niya akong ibinagsak sa malambot na kama.

"Kanina pa ako nagpipigil, siguro naman pwede na nating gawin ngayon." Bulong niya sa akin. Hindi na ako tumutol pa nang inumpisahan niya akong halikan. He kissed me passionately, bawat galaw ng kanyang katawan ay may pag-iingat akong naramdaman. Siguro dahil sa pagbubuntis ko kaya kahit ramdam ko ang pananabik niya ay pinipigilan niya ang kanyang sarili.

Impit na ungol ang lumabas sa aking labi dahil sa experto niyang pagalaw sa ibabaw ko. Nang mahubad na niya ang lahat ng saplot ko ay pinagmasdan niya ang katawan ko. Dumako ang kanyang tingin sa aking tiyan na may maliit na umbok. Hinaplos niya yun. At naramdaman ko ang marahan niyang paghalik.

"I love you baby. Wag mong pahirapan si Mommy okay?" Sambit niya na ikinangiti ko. Pakiramdam ko tuloy mas excited pa siya kaysa sa akin.

Umakyat ang halik niya sa aking labi. "I love you both." Sambit niya. Di ko maiwasan na mapangiti dahil sa paulit-ulit niyang pagsasabi kong gaano niya ako kamahal habang patuloy naman ang kamay niya sa paglakbay sa buong katawan ko. Pati narin ang experto niyang labi ay nagbibigay sa aking ng samut-saring ungol. Napuno ng mahihinang ungol naming dalawa ang malaki at malawak naming kwarto. Hangang sa umabot na kami sa sukdulan.

Kinagabihan ay nagpasya kaming lumabas sa hotel. Maganda kasi kapag gabi. Mas maraming bukas na tindahan.

Makapal na leather jacket ang suot naming dalawa. Naglagay din kami ng scarf at nagsuot ng bonnet dahil siguradong mangangatal kami sa labas. Kahit may suot na kaming heater pants ay ramdam parin ang lamig sa labas.

"Saan tayo pupunta?" Tanong ko sa kanya. Tumitig siya sa mukha ko at may dinukot siya sa kanyang bulsa.

"Pad locked? Pupunta tayo sa namsan tower?!" Hindi makapaniwalang tanong ko. Napakaganda talaga ng lugar na yun lalo sa gabi. Kita din sa mismong tower ang three hundred sixty degrees ng buong Seoul.

"Oo, sabi kasi ni Athena gustong-gusto mo daw magsabit doon kasama ang minamahal mo. Since ako naman ang mahal mo let's go. Pinasadya ko pa ang puso na ito kaya walang katulad ito sa lahat ng nandoon."

Kunot noo akong napatingin sa puso na padlocked na hawak niya. Masyado kasing malaki yun halos kasing laki ng plato. Gusto ko tuloy matawa dahil siya pa mismo ang nagpagawa ng puso na yun. Ilang minuto lang ay narating na namin ang daanan papuntang namsan tower.

Napakadami talaga ng padlocked na nakakabit. Hindi na nga makita ang mismong bakal na pinagkakabitan dahil sa dami ng nakalagay na padlocked.

"May spot pa dito!" Tawag niya sa akin. Kaagad akong lumapit sa kanya.

"Pero bago natin ikabit ang padlocked na ito gusto muna kitang tanungin."

Kaagad siyang lumuhod sa harapan ko.

"Will you marry me?"

Kasabay ng pagbagsak ng luha ko dahil sa labis na kaligayahan ay ang unti-unting pagbagsak ng nyebe sa langit.

"Yes! Yes Rafael!"

Kaagad niyang isinuot ang singsing sa kamay ko na may mamahaling diamond na korteng puso. Pagkatapos ay kagaad niya akong niyakap. Lumiwanag ang langit dahil sa nagkikislapang fireworks malapit sa kinaroroonan namin. Nagkokorte pa itong puso bago mawala ang ilaw.

Pagkatapos niya akong yakapin ay binihag naman niya ang nakaawang kong labi.

Chapter 51

Angela's POV

Pagkatapos ng isang lingo naming pananatili at pamamasyal sa Korea ay umuwi na rin kami. Marami kaming naipong alaala doon na gusto ko ulit balikan kung sakaling magkakaroon ng pagkakataon.

Pagkauwi namin ay kinausap niya ulit ang pamilya ko upang pag-usapan ang kasal naming dalawa. Walang pagtutol sa kanila dahil nakita nila kung gaano ako kasaya.

Isang buwan ang magiging preperasyon ng kasal namin dahil sa simbahan ito gaganapin. Gusto ko sana simple ulit ngunit ayaw pumayag ni Rafael pati na rin ni Mama at Lola Cythia.

Gusto daw niya kasing bumawi sa akin kaya talagang tumulong siyang maging maganda at perfect ang magiging kasal ko. Wala na akong nagawa kundi hayaan na sila.

Si Athena ang naging made of honor ko at silang apat naman kay Rafael. Masaya ako dahil magkasundo. silang lima kahit iba-iba sila ng personalidad. Bukod doon pareho pa silang mayayaman.

Ngayon ang araw ng kasal namin ni Rafael. Labis ang nararamdaman kong kaba sa dibdib dahil haharap ako sa iba't-ibang malalaking tao.

Pero mas lamang ang nararamdaman kong galak dahil sa wakas matutupad na ang aming pangarap.

Lumipas na ang sakit at napalitan na ito ng kaligayahan. Alam ko nag-uumpisa palang kami ni Rafael. Alam ko marami pa kaming pagsubok na haharapin pero hindi ako natatakot dahil alam kong hindi niya ako pababayaan. Magiging sandalan namin ang isa't-isa. Upang malampasan ng magkasama.

Nasa bungad pa lamang ako ng pinto papasok sa simbahan at naiiyak na ako. Na-ooverwhelm kasi ako sa mga tao sa paligid. Nakita ko na din si Rafael. Nakangiti habang nag-aantay sa akin. Inaasar na naman siguro siya ng apat dahil nakangisi ang mga ito sa likuran niya at nag-uusap.

Nang makalapit na ako sa altar ay inalalayan niya ako paharap sa magkakasal sa aming dalawa. Kung hindi pa magsasalita ang pare ay hindi pa niya iaalis ang tingin niya sa akin.

Si Athena ang nagdesign ng gown ko kaya tiyak na bagay na bagay sa akin. Kita naman sa mata ni Rafael na gandang-ganda siya ngayon sa akin. Kahit may umbok na ang tiyan ko ay hindi pa rin naman ito gaanong halata. Maganda pa rin ang kinalabasan nito.

Pagkatapos namin sa simbahan ay derecho na kami sa restaurant para sa reception. Red at Gold ang motiff namin kaya napaka-elegante ang kinalabasan ng buong venue. May orchestra pang kasama.

"Congratulation anak!" Bati ni Mama. Niyakap niya ako ng mahigpit.

"Thank you Ma."

Lumapit din sa akin si Athena at binati ako. Nakangiting lumapit si Lola sa akin.

"Napakasaya ko apo. Bukod sa bumalik ka na magkakaapo na din ako ulit." Emotional na wika ni Lola.

Sabay namin siyang niyakap. Kaya nangilid na rin ang aking luha.

"Thank you po Lola. Sa lahat ng tulong mo sa akin. Kung hindi dahil sa inyo hindi ko makikilala si Rafael.

Dumaan man kami sa pagsubok alam ko kailan namin yun para mas maging matatag pa kami bilang mag-asawa." Sincere na sabi ko sa kanya at muli ko siyang niyakap.

Nagpaalam sandali si Rafael dahil pinuntahan niya ang mga kaibigan niya. Tinanaw ko lang siya palayo dahil hindi pa rin ako makapaniwalang kasal na ulit kami at masaya sa piling ng isat-isa.

Trust is one of the most important foundation of love. Hindi yun hinihingi dahil yun ay kusang ibinibigay sa taong karapat-dapat na pagkatiwalaan.

But you can give another chance to trust again with the same person because you know it was all worth-it.

I'm already happy now, being with him and spending time with him are the greatest days of my life. What could I ask for? I have money and I have him, and seven months from now ipapanganak ko na ang panganay namin.

"Bro! Wag mo naman ipahalatang kinakabahan ka at patay na patay ka kay Angela!" Pang-aasar ni Inigo sa kanya na ikinatawa niya. Kasama niya ngayon ang babaeng bumihag sa kanyang mga mata kaya lang hindi pa rin siya nito nakikita.

Napadako ang tingin ko kay Fernan. May kasama kasi itong babae.

"Sino yun?" Tanong ko kay Rafael.

"Ah! Yung amazona na yun? Si Priya. Hindi ko alam kung saan niya nakilala yun. Pagkina-kausap ko kasi hindi siya nagsasalita."

"Eh paano mo nalaman na amazona?" Kunot noong tanong niya.

"Nakita ko kasi kung paano niya saktan si Fernan." Sumambulat ng tawa si Inigo.

Nakakapagtaka lang kung si Inigo ay bulag ang girlfriend si Fernan naman ang pipi na amazona? Pero kahit ganoon ay kakaiba ang ganda ng mga ito. Hindi na ako magtataka kung bakit nahulog ang loob nila sa mga babaeng yun. Kasunod naman na dumating si Xandro. Lalong kumunot ang noo ko nang makita ko ang kasama niya. Hindi ko mawari kung Lola oh talagang ganun lang siya magdamit. Lahat ay balot na balot wala kang makikitang balat kundi mukha daliri at paa. Hindi ko rin alam kung maganda dahil nakayuko ito kung maglakad. Nakita ko din ang pagpasok ni Bernard sa simbahan pero wala siyang kasama.

Kinagabihan ay pagod akong bumagsak sa kama. Sa dami ng bisita nakalimutan ko na atang umupo. Halos lahat kasi ng naroon ay pinakilala ni Rafael sa akin. Npaagod tuloy kao at nangawit.

"Hon?" Tapik sa akin ni Rafael. Bahagya kong iminulat ang aking mata.

"Bakit?" Tanong ko.

"Don't tell me tutulugan mo ako?" Nakakunot ang noo na tanong niya sa akin.

"Bakit? Don't tell me magho-honeymoon pa tayo? Eh may laman na ngang bata tong tiyan ko." Nakanguso kong sabi sa kanya.

"Are you happy?" Tanong niya sa akin habang binababa niya nag zipper sa likod ng wedding gown ko.

"Very happy." Sagot ko. Hinarap niya ako sa kanya at siniil niya ako ng halik sa labi.

Sabi ko na nga ba hindi pa rin siya papayag na matutulog lang kami.

Nagpaubaya ako sa gusto niyang gawin.

Hindi man ito ang una namin naging special at mahalaga pa rin ang araw na ito para sa akin. Dahil ito ang simula naming dalawa ni Rafael bilang mag-asawa.

Mabilis na lumipas ang pitong buwan. Kabuwanan ko na. Naging maalaga si Rafael sa akin. Para na akong baby kung ituring niya. Every pregnant woman deserves to be treaten like a fragile woman.

Kinakabahan man ako alam ko nandiyan si Rafael at hindi niya ako pababayaan.

Nagising ako kinabukasan dahil sa sakit ng tiyan. Kaagad kong ginising si Rafael. Pakiramdam ko kasi malampit na akong manganak. Nararamdaman ko na ang pagsakit ng balakang ko.

"Rafael, Rafael! I think my water broke." Mahinahon na wika ko sa kanya. Bahagya siyang gumalaw at lumingon sa akin na namumungay pa ang mata.

"You want water?" Tanong niya sa akin.

"No! I said my manganganak na ako dalhin mo na ako sa ospital!"

Napabalikwas siya ng bangon dahil sa impit na sigaw ko. Napangiwi ako dahil nararamdaman ko siyang.

"Dont panic my love! Just breath inhale exhale!

Wag daw magpanic siya naman itong hindi mapakali. At hindi malaman ang gagawin.

"Rafael ano ba! Tulungan mo na ako dito dalhin muna ako sa hospital!" Sigaw ko sa kanya.

"Ah! o-o nga pala!"

Kaagad siyang lumapit sa akin at binuhat ako. Pagkababa namin kaagad niyang pinasok sa likuran.

"Let go Manong!" Utos niya sa driver. Abala ako sa pagpigil ng pag-ire dahil nararamdaman ko na siya na gusto nang lumabas siya tiyan ko

Ni hindi ko na nga namalayan na wala pala siyang pangitaas na damit at bumabakat na ang pandesal niya sa katawan.

"Bilisan niyo po lalabas na ang baby ko!" Naiiyak na sigaw ko. Natatakot ako baka hindi ko kayanin dahil baka lumabas na ang baby ko.

"F*ck! Kaya mo pa ba?" Nag-aalalamg tanong niya sa akin.

"Lalabas na siya Rafael!" Umiiyak na sigaw ko. Parang nahahati ang katawan ko sa sakit.

"Anong gagawin mo?" Hinihingal na tanong ko sa kanya.

"Sisilipin ko kung nandyan na."

Bago pa ako makapag protesta ay yumuko na siya at sumilip nga sa gitna ng hita ko. Nakita ko ang pagtakas ng kulay sa mukha niya.

"Rafael? Rafael!"

"Ahhhh! Bakit ngayon ka pa nahimatay!" Inis na sigaw ko.... Tuluyan na siyang sumubsub sa isang legs ko.

Mabuti na lamang at nasa hospital na kami. Kaagad bumaba ang driver upang ihinge ako ng tulong sa loob.

Mabilis naman silang gumalaw at pinuntahan ako sa loob ng kotse.

Ngunit bago pa ako makababa ay talagang hindi ko na kinaya. Napaire na ako ng tuluyan.

Iminulat ko ang aking mata. Naalala kong nawalan ako ng malay kanina sa tindi ng pagod at hirap.

"Rafael?" Sambit ko.

Nasa tabi ko kasi siya at nakahawak sa kamay ko.

"Ang anak natin?" Naghihina kong tanong sa kanya. Bago pa siya makasagot ay bumukas na ang pintuan. Bumungad sa amin ang nurse na may bitbit na baby.

"Ma'am, sir Ito na po si Baby Loisa." Nakangiting wika niya sa amin. Sabay abot kay Rafael. Mabuti na lamang at inaral din ni Rafael kung paano humawak ng baby kaya hindi na siya nahirapan pa nang iabot sa kanya ito.

"She's so beautiful like you my love..." Sambit niya habang pinagmamasdan ang maliit na mukha ng baby namin.

"Thank you for your sacrifices ang for bearing my child."

Pinahid ko ang luha na pumatak sa mga mata niya.

"Wala yun pero sana naman nextime wag ka ng mahihimatay ha?" Paalala ko sa kanya na ikinangiti niya.

Sa nakikita ko sa kanya sigurado akong magiging mabuti siyang ama. Hindi man ibinigay ng diyos ang lahat ng hiniling ko. Ngunit higit pa doon ang ipinagkaloob niya para sa akin. Ang magkaroon ng mapagmahal na asawa at napakagandang anghel na biyaya niya sa aming dalawa.

www.ingramcontent.com/pod-product-compliance
Lightning Source LLC
LaVergne TN
LVHW091628070526
838199LV00044B/978